விக்கிரகம்

சத்யானந்தன்

பதினைந்து ஆண்டுகளுக்கும் மேலாக சதங்கை, கணையாழி, நவீன விருட்சம், சங்கு, உயிர்மை, மணிமுத்தாறு, புதியகோடாங்கி, இலக்கியச் சிறகு, கனவு உள்ளிட்ட சிறு பத்திரிகைகளிலும், திண்ணை, சொல்வனம் உள்ளிட்ட இணையதளங்களிலும் தீவிரமாகத் தனது படைப்புகளைப் பிரசுரித்துள்ளார் கவிஞர், எழுத்தாளர் சத்யானந்தன் (முரளிதரன் பார்த்தசாரதி).

நவீன புனைகதைகள், நாவல்கள், கவிதைகள், கட்டுரைகளை வித்தியாசமாகப் படைப்பவர். வாசிப்பையும் எழுத்தையும் இரு கரைகளாகக்கொண்டு ஆரவாரம் இல்லாத மிக அமைதியான ஆறாக தொடர்ந்து ஓடிக் கொண்டிருக்கும் இவர் சமகால எழுத்துக்களை அலுக்காமல், சளைக்காமல், அமைதியாகத் தன் போக்கில் தொடர்ந்து அறிமுகப்படுத்தி, விமர்சித்து, கவனப் படுத்தி வருகிறார்.

விக்கிரகம்

சத்யானந்தன்

விக்கிரகம்
Vikiragam
Sathyanandhan ©

First Edition: November 2017
144 Pages

ISBN: 978-93-86737-30-4
Kizhakku - 1044

Kizhakku Pathippagam
177/103, First Floor,
Ambal's Building, Lloyds Road
Royapettah, Chennai 600 014.
Ph: +91-44-4200-9603

Email : support@nhm.in
Website : www.nhm.in

kizhakkupathippagam
kizhakku_nhm

Author's Email: sathyanandhan.tamil@gmail.com

Kizhakku Pathippagam is an imprint of New Horizon Media Private Limited

தேடல்
அந்த அறையில்
நிறைந்திருந்த
புழுதி மேலெல்லாம்
காலடிச் சுவடுகள்
முன்னோரின் கால்தடம்
தேடி வந்தோரின்
பதிவுகளையும் சேர்த்து...

பாகம் ஒன்று

1

அம்மா...

அம்மாவேதான். கீழ்த்தளத்தில் சமையற்கட்டும் மாடியில் ஆறுமுகசாமியின் அறையும் ஒரே பக்கத்தில் இருந்தன.

அம்மாவின் பேச்சுச் சத்தமும் சமைக்கும்போது காபி, டீ, மீன் குழம்பு, கருவாட்டுக்குழம்பு, அப்பளம் என எந்த வாசனையும் மாடிக்கு வந்துவிடும்.

அம்மாவுடன் பக்கத்து வீட்டு ஆயாவும் இப்போதுதான் வந்திருக்க வேண்டும். பேசுகிற சத்தம் கேட்கிறது. என்ன பேசுகிறார்கள் என்பதுதான் தெரியவில்லை.

மணி பதினொன்று. ஆயாவுக்கு காலையில் வேலை என்று எதுவும் கிடையாது. அப்பா கிளம்பியவுடன் அம்மா ஆயா வீட்டுக்கோ இல்லை எதிர்வரிசையில் உள்ள தன் அண்ணன் வீட்டுக்கோ போவாள். கூடவே யாராவது அனேகமாக வந்துவிடுவார்கள்.

காபியின் மணம். ஆறுமுகசாமிக்கு அம்மா காபி கொண்டுவரப் போவதில் அவ்வளவு உற்சாகமில்லை.

கூடவே ஆயாவும் வருவாள். உடனே தான் வேலைக்குப் போக வேண்டும், ஒரு கலியாணம் செய்து கொண்டுவிட வேண்டும்

என்று ஆரம்பித்துவிடுவாள். இருபத்தைந்து வயதில் அவள் வீட்டுக்காரருக்கு இரண்டு குழந்தைகளுக்குத் தகப்பனாகும் பேறு கிடைத்ததாம். 'அதனால்தான் அவர் இப்போது உயிரோடு இல்லை' என்று துடுக்குத்தனமாகக் கேட்கத் தோன்றும். கேட்டு விட்டால் அவ்வளவுதான். ஆயாவுக்கு முன்பாக அம்மாவே பாய்ந்துவிடுவாள்.

இந்த மாதிரித் தொல்லையெல்லாம் வேண்டாமென்றுதான் அப்பா வீட்டிலேயே இருப்பதில்லையே.

இரண்டாம் வகுப்பு போகும்வரை அப்பா எங்கே போகிறார் என்றே தெரியவில்லை.

ஒருநாள் அடம்பிடித்து சைக்கிளில் பின்சீட்டில் அமர்ந்து விட்டான்.

ஹவுசிங் போர்டு வீடுகளில் ஒன்றின் முன் நின்றது சைக்கிள். குணசேகரன் மாமா வீடு அது. அப்பா வயதுள்ள வேறு சிலரும் அங்கு இருந்தார்கள். வீட்டுத்திண்ணையில் ஒரு பல்பு, மின்விசிறி, சீட்டுக்கட்டு.

உள்ளே ஹாலில் பெரிய அளவில் அம்பேத்கர் படம். ஒரு பெரியவரின் படம் மாலையிட்டு மாலை வாடியிருந்தது.

'அத்தை, உங்க பசங்களெல்லாம் எங்கே?' என்றான் ஆறுமுகசாமி. ஒரு நிமிடம் அவர் பதிலே சொல்லவில்லை.

அன்று அங்கே பஜ்ஜி சாப்பிட்டதும் தோட்டத்தில் வண்ணத்துப் பூச்சிகளைத் துரத்தி விளையாடியதும் நினைவில் இருக்கின்றன.

அந்த வீடு இவர்கள் வீட்டைப்போல அவ்வளவு பெரியதாக இல்லை. தக்காளிச் செடி, வெண்டை, கீரைகள், ஒரு முருங்கை மரம், மல்லிகைக் கொடி, சிறு வாழைக் கன்று இவைதான் இருந்தன.

ஜன்னல் வழியே எட்டிப்பார்க்கும் மாமர இலையை எடுத்து முகர்ந்து பார்த்தான். சிறு வயதிலிருந்தே இலைகளை முகர்ந்து பார்ப்பதென்றால் மிகவும் பிடிக்கும். நார்த்த இலை, எலுமிச்சை, வேப்பம், பிஞ்சுப் புளிய இலைகள் அவன் சாப்பிட்டே விடுவான்.

‘ஏலேய்... காபி ஆறுது...’ அம்மா கீழேயிருந்து குரல் கொடுத்தாள். சட்டை அணிந்துகொண்டான். ஆயா உடனே, ‘எதுக்கு வீட்டுக்குள்ள சட்டை?’ என்பாள்.

‘ஏண்டா... சினிமாக்காரன் படமெல்லாம் மாட்டியிருக்கே. அவனுங்களா உங்களுக்கு சோறு போடப்போறானுங்க?’ என்றாள். ஒரு நாள் அவன் அறைக்கு வந்து, பாக்கெட் நாவல்களில் ஒன்றை எடுத்து, ‘இது முன்ன படிச்ச காலேஜ் புஸ்தகமா?’ என்றாள். ‘ஆமாம்’ என்றான்.

அப்பா அவனை என்ஜினீயர் ஆகு என்று அறிவுறுத்தவில்லை. எப்படியும் ஓர் அரசாங்க வேலை அதுவும் உள்ளூரிலேயே கிடைத்துவிடும் என்ற நம்பிக்கையில்தான் அவன் பி.எட். படித்தான்.

நாகலிங்கபுரத்தில் ஓர் அரசாங்க ஆரம்பப்பள்ளி, ஓர் ஆண்கள் மேல்நிலைப்பள்ளி, ஒரு பெண்கள் மேல்நிலைப்பள்ளி, இரண்டு தனியார் பள்ளிகள் இருந்தன.

தனியார் பள்ளிகளில் வேலை கிடைக்காது. அரசாங்கப் பள்ளியில் இன்னோர் ஆசிரியர் பதவி உருவாக வாய்ப்பு இருக்கிறது. அப்பா இன்னும் ரிடையர் ஆகவில்லை. போஸ்ட் மாஸ்டராகப் பதவி உயர்வும் கிடைத்திருக்கிறது.

‘ஏலேய் ஆறுமுகம்...’ அம்மாவின் குரல் நீண்டு ஒலித்தது.

‘என்னடா எளச்சுப்போயிட்டே’ என்றாள் ஆயா. நேற்றுகூட பார்த்திருந்தாள்.

காபி டம்ளரைக் கையில் எடுத்துக்கொண்டு மாடிக்கு வந்து விட்டான்.

அந்தச் சில நொடிகளுக்குள், ‘ஏண்டா மதிவாணம் சாரைப் பார்த்து நல்ல கான்ட்ராக்டர் யாருன்னு அப்பா கேட்டுட்டு வரச் சொன்னாங்களே... அவரு கோவிக்கறதுக்குள்ள போய் பார்த்துட்டு வா’ என்றாள்.

இந்த வீட்டை மாற்றிக் கட்டும் முன் தான் இங்கிருந்து வேலை என்று வெளியூர் போய்விட்டால் நன்றாக இருக்கும். இந்த வீட்டின் ஒவ்வோர் அமைப்பும் அங்குல அங்குலமாய் இடமும் அவன் குழந்தைப் பருவத்துடன் சம்பந்தப்பட்டவை. ஆனால்

வரும் விருந்தினர் காரணமோ குறைந்து வரும் வீட்டுக்கடன் வட்டி விகிதம் காரணமோ அப்பா இதை இடித்துக் கட்டப் போகிறார். வாஸ்து சாஸ்திரம் தெரிந்த கட்டட 'கான்ட்ராக்டர்' மதிவாணன் சாருக்குத் தெரிந்திருக்கலாம். அப்பா அவரைப் போய் பார்க்கச் சொன்னதன் காரணம் அதுவாகவே இருக்க முடியும்.

'மதிவாணன் பத்தி ஒரு விஷயம் நல்லா புரிஞ்சுக்க. வெங்கடேச ரெட்டியார், அட்வகேட், நோட்டரி பப்ளிக் அப்படிங்கற என் பேரு பிரசித்தி ஆனதே அவர் கேஸை எடுத்து வாதாடினதுனால தான். பெரம்பலூர், திருச்சி, துறையூர், முசிரி, தம்மபட்டி, சேலம் வரையில மதிவாணன் தலித்துகளுக்கு தெய்வம் மாதிரி. நாகலிங்கபுரத்துல லைப்ரரியனா இருந்தாரு. போராட்டத்துக்கு மேலே போராட்டம்னு அவர் ஜெயிலுக்கு போயி பல ஊருக்கு அவரை இடம் மாத்தினாங்க. 'போங்கடா உங்க வேலையும் நீங்களும்'னு சொந்தமா டிரக் வாங்கி தொழில் பண்ணறாரு. மொதோ நா இங்க வந்தப்பவே 'உங்களுக்கு வாஸ்துல நம்பிக்கை இருக்கு போலே' அப்டின்னு ஒரு போடு போட்டார். இத்தனைக்கும் நான் வீட்டை மாத்திக் கட்டி நாலு வருஷம் ஆகியிருந்தது.'

சித்தப்பா அந்த அளவுக்கு அழுத்திச் சொல்லாவிட்டால் வேகாத வெய்யிலில் ஒரு சிற்றூரை நோக்கித் தான் பயணப் பட்டிருக்க முடியாது என்று தோன்றியது ரவிக்கு.

'ஆர்க்கிடெக்சர்' ஐந்து வருடம் படித்த பாட்டைவிட இந்த ப்ராஜெக்ட் முடிவதற்குள் போதும் என்றாகிவிட்டது. வாஸ்து தெரியாவிட்டால் கட்டடம் கட்டுவதே இயலாத நிலை. வாஸ்து பற்றி யாருடனாவது பேசலாம் என்றால் அனேகமாக ஜோசியக்காரர்களும் அரைவேக்காட்டு வாஸ்து நிபுணர்களும் தென்பட்டார்கள். ஓரிருவரிடம் போய் அறுபட்டதுதான் மிச்சம். சித்தப்பாவின் இந்த ஐடியா எந்த அளவு உருப்படியானது என்பதில் அவனுக்கு நிறையவே சந்தேகம் இருந்தது.

'இது எந்த இடம்?' என்று பக்கத்திலிருந்த மஞ்சள் கட்டையிடம் கேட்டான்.

'நொச்சியம். உங்களுக்கு எங்கின போவணுங்க?'

'நாகலிங்கபுரம்.'

‘அது கெடக்கு அம்புட்டு தூரம். எப்பிடியும் மூணு மணி ஆயிரும்.’

பஸ் கிட்டத்தட்ட அரைமணியாக நின்றிருந்தது. பாட்டில் தண்ணீர் இங்கேயே தீர்ந்துவிடும் போலிருந்தது. வாழைத்தார் ஏறியபடியே இருக்கிறது, முடிந்தபாடில்லை.

வெய்யிலோ இல்லை கிராமத்துத் தூசியும் புழுதியுமோ நாகலிங்கபுரத்தில் இறங்கியபோது ஒரு கணம் திரும்பிப் போய்விடலாம் என்று தோன்றியது.

சதா வேலைக்குப் போவதைப் பற்றிப் பேசும் அப்பா, தளர்ந்து கெஞ்சுகிற பாவனையில் அம்மா முகம், நீண்டுகொண்டே போகும். இந்தப் படிப்பு, நிச்சயமில்லாத நிகழ்காலம், என்னென்னவொ கேட்கப் போகிறேன் என்கிற எதிர்காலம் இவை எல்லாவற்றிற்குமே கூரிய முகங்கள் இருக்கின்றன. அரூபமாய்க் குத்தும் முகங்கள். அரை நிமிடம் நிம்மதியாக இருக்கவிடாது அச்சுறுத்தும் மாய முட்தடிகள்.

ரகசியமாய்ச் சுழன்று சுழன்று தாக்கும் சாட்டைகள். சுள்ளென்று சூடு வைக்கும் மாய நெருப்புத் துண்டுகள்.

பிச்சைக்காரர்களும் தலைச் சுமையுடன் காத்திருக்கும் கூலிக்கார ஜனங்களுமே அந்த பஸ் ஸ்டாண்டில் நிறைந்திருந்தார்கள். ஒரு நிமிடம் இன்னமும் சந்திக்காத அந்த மதிவாணன் மீதே ஓர் இனம் புரியாத எரிச்சல் தோன்றியது.

பஸ் ஸ்டாண்டுக்கு வெளியே வந்தான். ஒரு பைத்தியம். தலை முழுவதும் பிசிறிப் பின்னிய ஜடைகள். சட்டையில்லை. குருணி குருணியாய் அழுக்கு பிளாஸ்டிக் பாட்டில், கிழிந்த துணிகள், குச்சிகளில் பல அளவுகள், காகிதங்கள் என ஒரு கையில் இறுக்கியபடி குப்பைத் தொட்டியைக் கிளறிக் கொண்டிருந்தான்.

இரவு எட்டு மணி.

ஆறுமுகசாமிக்கு வீட்டை நெருங்கும்போதுதான் ‘மொபெட்’டை மதிவாணன் வீட்டிலேயே விட்டுவிட்டு வந்தது நினைவுக்கு வந்தது. காலையில் எடுத்துக்கொள்ள வேண்டியதுதான்.

மறந்து போனதற்கு அவரோடு பேசிக்கொண்டே வெகுதூரம் போனது மட்டும் காரணமல்ல.

ரவி என்ற என்ஜினீயர். கட்டடப் படிப்புப் படித்திருக்கிறான். வாஸ்து சாஸ்திரம் பற்றி மதிவாணன் சார் பேசப்பேச எப்படி அசந்தான்.

அப்பா சன் டிவியில் செய்தி பார்த்துக் கொண்டிருந்தார். 'மதிவாணன் எப்படி இருக்காரு?'

'நால்லா இருக்காரு... சென்ட்ரல் மினிஸ்டர் அவரோட ஃபோட்டோ எடுத்துக்கிட்டாருப்பா.'

'தலித்துகள் தோழன்னு பேரு வாங்கறதுக்காகதான் நெறைய அரசியல்வாதிங்க மதியை சுத்திவராங்க. அது அவருக்கும் தெரியும். ஆனா தலித்துங்க கிடைக்கிற எந்த கவுரவத்தையும் நிராகரிக்கக் கூடாதும்பாரு.'

'ஏன்?'

'ஒரு கவுரவத்தை மேல் ஜாதிக்காரன் விட்டுக் கொடுத்தா பெருந்தன்மை. அதே தலித்து விட்டுக் கொடுத்தா தாழ்வு மனப்பான்மை.'

'அப்பா... மறந்துபோய் மொபட்டை அவர் வீட்டுலேயே வச்சிட்டு வந்துட்டேன்.'

'ஏண்டா இவ்ளோ தூரம் வரமட்டும் ஞாபகம் வல்லே?'

'இல்லப்பா, ரவின்னு ஒரு என்ஜினீயர் வந்திருந்தாரு. அவரோடு வாஸ்து சாஸ்திரம் பத்தி பேசிகிட்டே மதி சார் ரொம்ப தூரம் நடந்து வந்தாரு... பெரிய ஏரிவரைக்கும்... பிறகு அந்தப் பையனை பஸ் ஸ்டாண்டுல விட்டுட்டு நேரே இங்கே வந்துட்டேன்.'

தோசைத் தட்டுகளுடன் அம்மா வந்தாள். 'ஏண்டா இம்புட்டு நேரம் என்ன பேசிக்கிட்டிருந்தே?'

'கன்னியாகுமரிலே 133 அடி திருவள்ளுவர் சிலை கட்டினாரே அவர் பேரு... ரொம்பப் பெரியவர்னு மதி சார் சொன்னாரு...'

'கணபதி ஸ்தபதி.'

'ஆமாப்பா... அவரு 'ஸ்தாபத்ப வேதம்'னு ஒரு புஸ்தகமே எழுதியிருக்காரு... கார்டினர், மார்டின், எரிக் அப்டிங்கறவங்க இங்கிலாந்துல வாஸ்து மாதிரியான பார்வையோட

எழுதியிருக்காங்களாம். ஹாவல் பில்னு ஒருத்தர் பிரமிட்களைப் பத்தி அமெரிக்கால எழுதியிருக்காராம்.'

'பிரமிட்னா என்ன?'

'எகிப்துல ராஜாக்களை வெச்சு பொதச்சு கூம்பு வடிவில் எழுப்பி இருக்கற கல் கட்டடங்கள்.'

'அதுல என்ன அதிசயம்?'

'அம்மா அதில நீ காய்கறி சமைச்ச பொருள் எதை வேணும்னாலும் வையி. வாரக்கணக்குல கெடாது...'

'ஏனாம் அப்பிடி?'

'கீழே விரிந்து மேலே குறுகிக்கிட்டே போற கட்டட அமைப்புக் குள்ளேயும் பிரபஞ்ச சக்தி சுருதி மாறாம அடைஞ்சுக்குதாம்.'

'கோயிலு, சர்ச் எல்லாமே அப்படிதானே இருக்கு...'

'காரணத்தோடதான் அப்டி கட்டறாங்களாம்...'

'என்ன காரணம்?'

'எல்லா உயிரும் மனுஷனையும் சேர்த்து... தற்காப்புக்காகதான் எந்த ஒரு அசைவையும் செய்யுதாம்...'

'ஆனா பிரபஞ்சத்துல இருக்கற கிரகங்கள் பூமியில தாவரங்கள், நதிகள், காற்று, பருவங்கள் இவை எல்லாத்துக்குமே ஒரே மாதிரியான லயம்... ஒரு மறைமுகமான இசைக்குழு மாதிரியான காந்த சக்திப் பிணைப்பு இருக்காம். எக்ஸ்ரே கதிர் மாதிரி சக்தி கதிர் எல்லா இடத்துலேயும் நிறைஞ்சிருக்காம். நம்ம எண்ணங்கள் அலைகள் மாதிரி இதே காந்த சக்தி மண்டலத்துக்குள்ளே நடமாடுதாம்.'

'என்ன மண்டலம்?'

'வாஸ்து புருஷ மண்டலம் இந்தப் பிரபஞ்சம் முழுக்க விரிஞ்சிருக்காம். பஞ்ச பூதங்கள்தான் எல்லாத்திலேயும் இருக்காம்... நம்ம உடம்புலே, பொருட்களிலே... ஏன், உலகம் பிரபஞ்சம் எல்லா இடத்திலேயும் சதுரம் சதுரமா சக்தி விரிஞ்சிக்கிட்டே போகும். அலை அலையாய் அதன் கதிர்கள் வெளியாகுது...'

‘இதையெல்லாம் எப்படி நம்பறது?’

‘மேல் நாட்டில் ஐன்ஸ்டைன்னு ஒரு விஞ்ஞானி சொன்னதும் நம்முடைய வாஸ்து சாஸ்திர நிபுணர்கள் சொன்னதும் ஒண்ணுதான்னு சொல்றாங்க.’

‘வேற என்ன சொன்னாரு?’

‘உடம்புக்குள்ளே காத்தும் வெற்றிடமும் அடைஞ்சு கிடக்கற மாதிரி கட்டட வடிவம் எந்த மாதிரியானாலும் அது பிரபஞ்சத்தின் துண்டை உள்ளடக்கிய பிரபஞ்சம் மாதிரியே காந்த சக்தி மையமுள்ள உயிர்த்துடிப்போட இருக்காம்... தற்காப்புக்காக அலை பாயற ஜனங்க அசையாக் கட்டடங்களை பிரபஞ்சலயத்துக்கு முரணா இல்லாம கட்டணும். இல்லைன்னா அவங்க மனோ நிலையும் அதன் காரணமா வாழ்க்கையும் பாதிக்கப்படும். கோயிலுக்குள்ளே இருக்கற சாமிமட்டும் சக்தி மையம் இல்லையாம்... கோயிலே ஒரு சக்தி வடிவமாம்.’

‘இதைத் தவிர வேற ஒண்ணும் சொல்லி இருப்பாரே...’

‘என்னப்பா?’

‘தோட்டக்காரனே பூச்செடிகளுக்கு தீ வைக்கறது...’

‘ஆமாப்பா... சொன்னாரு உலகத்துக்கே பொதுவான உண்மைகள் கோட்பாடுகள் தர்மநெறிகள் அப்படின்னு பேசின அதே மேல் சாதிக்காரங்கதான் கீழ்சாதிக்காரங்கள நூத்துக்கணக்கான வருஷமா விலங்கை விட கீழ்த்தரமா நடத்தினாங்க... கசாப்புக்கடைக்காரன் காந்தியத்தை எவ்வளவு தெளிவாச் சொன்னாலும் கேட்டு உள் வாங்கிக்க முடியலியேன்னா...’

‘அவர் அறிவுப்பசிக்காக எல்லாமே படிப்பாரே ஒழிய சாஸ்திர சம்பிரதாய சமாசாரங்களை ஏத்துக்கறதே கிடையாது.’

‘எப்படிப்பா கரெக்டா சொன்னீங்க?’

‘ஏண்டா, அவர் பேச்சை பல வருஷமா நான் கேட்டிருக்கேன்...’

மதிவாணன் சார் அவன் வயதுப் பையன்களை மற்றவர்கள் நடத்துவதைவிட அதிக மரியாதை கொடுத்தே நடத்தினார்.

அவனுக்கு வேலை கிடைக்க இருக்கும் வாய்ப்புகளைப் பற்றி அவர் இதமாகதான் சொன்னார் என்றாலும் ஐயனார்

திருவிழாவில் பெரிய அட்டை பொம்மைக்குள் ஆள் புகுந்து கொண்டு அனைவரையும் அச்சுறுத்துவதுபோல் வேலை தேடு என்று ஓர் அசரீரி பெரிய உருவமாய் அவனைத் துரத்திக் கொண்டே இருக்கிறது. கோயில் கோயிலாய்ப் போய் கும்பிட்டு வருகிறவர்கள்போல படித்துப் பணியிலிருப்பவர்கள் பலரையும் பார்க்க அப்பா தன்னை அனுப்புகிறார். அவர் சந்திக்க வேண்டிய நபர்களையும் பல சமயம் தான் சந்திக்க வேண்டியிருக்கின்றது. அவர் தரும் நெருக்கடியில் ஏதேனும் ஒரு வேலை எந்த ஊர் சென்றாலும் கிளம்ப வேண்டியதுதான். இந்த ஊரின் தெருக்கள் இதன் உறுப்புகளாய் உயிருள்ள தோழனான இந்த ஊரை விட்டுக் கிளம்ப வேண்டும். என் ஊரில் விடியும் சூரியனும் இரவுச் சந்திரனும் கூட தனித்ததாய் எங்களுக்கென்றே உதவுவதாய்த் தோன்றும்.

தெப்பக்குளம் அதைச் சுற்றி 'ப' வடிவ அக்கிரஹாரம். ஒரு மூலையில் பள்ளிக் கூடம். மீதிப்பக்கம் கோயிலும் கடைகளும் தெப்பக்குளப் படித்துறை, சுற்றுச் சுவரின் மேல்புறம் இவை மாலையும் சுடும். ஆனால் எத்தனை மணி நேரங்கள் மாலைகளில், இரவில், விடியற்காலையில் நண்பர்களுடன் தனிமையில் கழிந்திருக்கின்றன.

நாகலிங்கபுரத்தில் வயற்காடு, பிறகு பெரிய ஏரி என்று தாண்டி வந்தால் தெப்பக்குளம் ஊரின் மையமாகிறது. அக்கிரஹாரம் தாண்டினால் பெரிய ஏரிக்கும் சின்ன ஏரிக்குமான வாய்க்கால். வாய்க்கால் தாண்டினால் பெரிய கடைவீதி. அதிலிருந்து 'ட' மாதிரி பிரியும் சின்னக் கடைவீதி. சின்னக்கடைவீதி முடிவில் பஸ் ஸ்டாண்ட். பஸ் ஸ்டாண்டின் எதிர்ப்புறம் சின்ன ஏரி. சின்னக்கடை வீதி தாண்டி நீளும் அதே சாலை திருச்சி ரோடு. திருச்சி ரோடு, முசிறி ரோடு, ஆத்தூர் ரோடுகள் பிரியும் பிரிவு ரோடு.

2

பிரிவு ரோட்டுக்குக் காரணப் பெயர்தான். திருச்சிப்பக்கம். முசிறி-நாமக்கல் பக்கம், ஆத்தூர்பக்கம் என இடைவிடாது பேருந்துகள் விரைந்த வண்ணம் இருந்தன.

பிரேமாவுக்கு பெட்டிக்கடைக்காரன் ஒரு ஸ்டூல் கொடுத்திருந்தான். தென்னை ஓலை வேய்ந்து இருந்தது. நிறைய தண்ணீரும் தெளித்திருந்தான். ஆனாலும் வியர்ப்பது என்னவோ நின்றபாடில்லை. கடந்த இரண்டு வருஷமாக உடம்பு ரொம்பவே விட்டுக்கொண்டு வருகிறது.

எதிர்ப்புறமாகச் செல்லும் பேருந்துகள் மக்களை அடைத்துக் கொண்டு புழுதியையும் புகையையும் விட்டுச் சென்று கொண்டிருந்தன.

விஜயகுமாரியும் நாகலிங்கபுரத்தில்தான் படித்தவள். அவள் ஃபோன் செய்தபோது முகவரியை மட்டும் கொடுத்திருக்கலாம்.

ஏனோ பிரிவு ரோட்டில் உன்னை பிக்கப் செய்கிறேன் என்று சொல்லிவிட்டாள்.

விஜயகுமாரிக்கும் எனக்கும் என்ன வித்தியாசம்? கவர்மெண்ட் சர்வீசில் அப்பா செத்துப்போனதில் எனக்கு வேலை கிடைத்தது. மற்றபடி இருவருக்குமே கமலா ரஜினியா என்று சண்டை

போடவும் திருச்சி சாரதாஸ், கீதாஸ் என்று துணி எடுக்கப் போய்வரவும் ஒத்துப்போனது.

விஜியை சீக்கிரமே கல்யாணம் செய்து கொடுத்துவிட்டார்கள். திருமணம் என்கிற வார்த்தை பூப்படைந்த பெண்ணை முழுமை யாக்கும் ஒரே வழிமுறை என்றுதான் ஆகிவிட்டது. பொங்கல் என்றாலே சர்க்கரைப்பொங்கல் நினைவுக்கு வருவதுபோல.

ஒரு பஸ் நிற்கிறது. விஜி நெருங்கி வந்து, 'ஏய் பிரேமா...' என்கிறாள். விஜியை ஒட்டியபடி ஒரு பத்து வயதுப் பெண் குழந்தை, 'ஹலோ ஆன்ட்டி!'

பிரேமாவின் இருசக்கர வாகன இருக்கை சுட்டது. வருகிற வழியில், 'இதுதான் கரட்டு மலை, இதுதான் பஸ் ஸ்டாண்ட், இதுதான் நானும் பிரேமாவும் படிச்ச ஸ்கூல்...' என்று அளந்த படியே வந்தாள் விஜி.

வீட்டுக் கதவை சாவி போட்டுத் திறக்கும் முன்னே வீட்டு வாசலில் மேலே வளைய வலைக்கம்பி அமைத்து லாட வடிவு மல்லிகைக் கொடிப் படர்வு, செம்பருத்தி, பவளமல்லி, நந்தியாவட்டை, ரோஜா, கனகாம்பரம் என்ற இருபக்கச் செடிகளிலும் தாயும் மகளும் ஆழ்ந்துவிட்டனர்.

பிரேமா காபி தயாரிக்கத் தொடங்கினாள். விஜி தனது குடும்ப வாழ்க்கையில் லயித்து மூழ்கி விட்டவளாகவே தோன்றினாள். அவள் கணவன் ரோடு போடும் கான்ட்ராக்டர். அவள் கழுத்திலும் குழந்தை மேலுள்ள நகைகளிலும் வளமை தெரிந்தது. 'நானும் ஏதாவது செய்யட்டுமா?' என்றபடி சேர்ந்து கொண்டாள் விஜி.

துரையின் அறைக்கதவு ஒருக்களித்துத் திறந்திருந்ததும் மதுவின் மணமும் அவள் கண்ணில் படாமல் போயிருக்கப் போவதில்லை. ஏற்கெனவே தோழிகளிடமிருந்து தெரிந்து கொண்டுமிருக்கலாம்.

'ஆன்ட்டி எனக்கு தோசை சுடத் தெரியும்' என்றது பெண் குழந்தை.

'சும்மா அளக்காதடி கலா. ஏதோ எனக்கு கூடமாட ஒத்தாசை, அவ்வளவுதான்' என்றாள் விஜி பெருமிதத்தை மறைத்தபடி.

'சாம்பாருக்கு காய் எடுத்தாடி' என்றபோது புடலங்காயை எடுத்து வந்து தலையில் குட்டு வாங்கினாள்.

அப்பளம் பொறித்த எண்ணெய் சிதறி சுட்டபோதும் குட்டுதான் விழுந்தது. கோலத்தில் அவள் செய்ய முயன்ற புதுமைகளை அம்மா ரசிக்கவில்லை.

பிரேமா செய்த பாயசம் மட்டும்தான் துரைக்கு மதிய உணவு. அவள் தோழியைப் பார்த்ததாலோ என்னவோ கொடுத்தது முழுவதையும் விழுங்கிவிட்டான்.

சென்னையில் வைத்து அவன் குடிப்பழக்கத்தை நிறுத்த இரண்டு முறை முயன்றாகிவிட்டது. ஆனால், அவன் எப்போதுமே தோழமை மிகுந்த நல்லுறவுகளுக்கு அன்னியமாகவே இருந்தான்.

திருமணம் ஆன புதிதில் அவனைப் பார்க்க தொழிற் சங்கத்திலிருந்து நிறையபேர் வருவார்கள்.

கோயம்புத்தூரில் அவன் பெயர் உள்ள சுவரொட்டிகள் சகஜம். ஆரம்பத்தில் பிரமிப்பாக இருந்தது.

பிறகு அன்னியமானது. இறுதியில் தீராத இடைவெளியானது. குடியும் பானை வயிறும் ஜால்ரா கும்பலும் அவன் அடையாளம் ஆயின. தேர்தல் வரும்போது ராப்பகலாக மேடைகளில் பேசுவான்.

புதிய தலைமுறை தலைஎடுக்கவும் ராப்பகலாக போதையில் அவன் முழுகவும் பொருத்தமாக அமைந்தது.

தொழிற்சங்கம் கைவிட்டவனைத் தூக்கி எறிவதில் நிர்வாகத்துக்கு சிரமம் இருக்கவில்லை.

சொந்த ஊரில் உற்றார் உதவி கிடைக்கும் என்றுதான் இங்கு திரும்பி வந்தாள்.

ஆனால் அம்மாவுக்கோ இங்கே வரும் போதெல்லாம் அண்ணியைப் பற்றி குறை பேசவும் 50, 100 வாங்கிப் போகவுமே சரியாக இருக்கின்றது.

விஜி வந்தது ஒரு பெண்சாமியாரின் பஜனையில் பங்கேற்க.

அவள் கணவன் கான்ட்ராக்ட், லஞ்சம், அரசியல் தொடர்பு என்று அலைவதும் பஜனை நடக்கும் ஊரெல்லாம் தேடி இவள் அலைவதும் பொருந்திவிடுகிறதோ?

பஜனை மண்டபத்தில் கையில் டயரியும் முகத்தில் புன்னகையுமாக ஒரு இருபத்தைந்து வயதுப் பையன் அலைந்து கொண்டிருந்தான்.

துரை போதையில் நிரந்தரமாக முழுகி மூன்று வருடம் கழித்து ஓர் இளைஞன் கணக்குத் தணிக்கைக்காக அவள் அலுவலகத்துக்கு வந்திருந்தான்.

எவ்வளவு படபடப்புடன் அவனை இரவு விருந்திற்கு அழைத்தாள். அன்று இரவு அவனுடன் கழிந்தபோது தன்னைப் பற்றியே அவளுக்கு ஒன்று புரிந்தது. அவ்வப்போது வந்து போகும் ஆண் அச்சுறுத்துகிறான். பெண்மையின் அந்தரங்கப் பிடிப்பை மூர்க்கமாக அறுத்துவிடுகிறான்.

துரை தன்னை காரணமின்றியே பழிவாங்கிவிட்டான். ஆணின் அருகாமை, ஆணின் அக்கறை, ஆணின் நிரந்தர விசுவாசம் எவ்வளவு முக்கியமானது.

'உங்க மடில இவளை உக்காத்தி வச்சுக்கறீங்களா? இவளுக்கு 'அம்மா'வை பார்க்க முடியாம மறைக்குதாம்.' நான்கு வயதுப் பெண்குழந்தை ஒன்றை அவள் மடியில் அமர்த்தினாள்.

உடல் துடிப்பதை, மனம் மௌனமாய் அழுவதை, கண்கள் ஈரமாவதை பிரேமாவால் கட்டுப்படுத்த முடியவில்லை.

தன்னிடம் குறையில்லை என்றவுடன் அவனை மருத்துவப் பரிசோதனைக்கு வற்புறுத்தினாள். 'எங்க பரம்பரையிலே யாருக்குமே குறையில்லை' என்று தட்டிக் கழித்தான்.

இரவெல்லாம் இந்தக் குழந்தையின் ஸ்பரிசம் அவளை வாட்டிற்று. நிறைவேறாத நியாயமான ஆசைகளுக்கு மர்மமான உருவம் இருக்கிறது. உட்காயங்களுக்கு பேசும் சக்தி இருக்கிறது. ஊனங்களுக்கு அவ்வப்போது பற்றி எரியும் சாத்தியம் இருக்கிறது. மறுநாள் ஞாயிறு.

கொல்லிமலை வரை போக முடிவு செய்தார்கள். 'இரு ஞானிகள்' விழாவுக்காக சிறுவயதில் வந்திருக்கிறாள்.

பாவாடை தாவணியுடன் கனவுகளைச் சுமந்து வந்திருக்கிறாள். நாகலிங்கபுர மலை அடிவாரத்திலிருந்து அம்மா கைபிடித்தபடி வந்திருக்கிறாள். முன்னாடி வேகமாகப் போகும் அப்பாவை தம்பிக்காகவும் அம்மாவுக்காகவும் நிற்கும்படி சொல்லி யிருக்கிறாள். மரத்தடியில் ஆடை மாற்றி யாரையும் கவர்ந்திழுக்காது குளிக்கும் அம்மாவின் திறமையை வியந்திருக்கிறாள்.

அம்மா எப்போது சந்தோஷமாயிருக்கிறாள்? எப்போது துக்கப் படுகிறாள்? அழும்போது பிடிவாதம் பிடிக்கிறாளா? சிரிக்கும் போது விட்டுக் கொடுக்கிறாளா? எதற்காகப் பிடிவாதம் பிடித்து எதை விட்டுக் கொடுத்து எதை நிலைநாட்டினாள்? அம்மாவை விட மிகப் பெரிய மனுஷி உள்ளே ஒளிந்திருக்கிறாளா? அவளுள் நிஜ மனுஷியின் ஸ்பரிசம் எனக்குக் கிடைக்குமா?

கொல்லிமலை மாறவில்லை. வாய்க்காலில் உருண்டு உருண்டு தானே உருப்பெற்ற வழுப்பான உருண்டைக்கற்கள். மெலிதான பழுப்பு நிறக்கற்கள், மரங்கள், பறவைகள், குரங்குகள், இவர்களை வேடிக்கை பார்க்கிற உள்ளூர்வாசிகள்.

ஐயனார் முகட்டு வரை சிரமப்பட்டு ஏறினார்கள். மலை அங்கே பெரிய பள்ளத்தாக்கில் முடிகிறது. 20, 25 அடி தூரத்தில் அடுத்த மலை. பள்ளத்தாக்கு பசுமையாக பயமுறுத்தியது.

கீழே சாரிசாரியாக இரண்டு மலைகளுக்கும் இடையே ஜனங்கள் நடந்து செல்வது தெரிந்தது.

'அது என்னம்மா?'

'மூணு கல்லுப்பாலம்.'

அந்த மலையை அடைந்து அடிவாரம் சென்றால் தம்மம்பட்டி மிகவும் அருகில். சேலம் செல்லுவதில் பாதி நேரம் மிச்சம். மலைகளிலும் சுற்றி உள்ள கிராமங்களுக்குமாகச் சேர்த்து ஒரு செட்டியார் மூணுகல் பாலம் அமைத்துக் கொடுத்தார். நடுவில் உள்ள கல் இரண்டு பேர் எதிரும் புதிருமாகச் செல்லுமளவு நான்கு அடி அகலம் கொண்டது. இரண்டு பக்கமும் உள்ள இரு கற்களும் யாராவது தலை சுமையோடோ சைக்கிளிலோ வந்தால் எதிர் வருபவர் ஒதுங்க.

விஜி அடிவாரத்திலிருந்து நேரே தன் ஊருக்குப் புறப்பட்டாள். மூணு கல் பாலம் இரண்டு பக்க ஊர்களை இணைக்கிறது. தனது தனிமையைத் தாண்ட எந்தப் பாலம் உதவும்? அதன் மறுபக்கம் என்ன?

3

'இன்னிக்கி பெரிய கம்பெனிக்காரங்க ஏதோ விசாரிக்க வராங்க' என்றான் பெருமாள்.

புரட்டாசி மாசம் பிறந்தவன் பெருமாள். அதனால் மூன்றாவது சனிக்கிழமை துறையூர் பெருமாள் மலைக்குப் போகும்போது இந்தப் பயலுக்கு வரதராஜப்பெருமாள் என்று பெயர் வைப்பதாக வேண்டிக்கொண்டான் கோவிந்தன்.

பெருமாள் பிறக்கும்போதே ஓரளவு வசதி வர ஆரம்பித்திருந்தது. துறையூரோ நாகலிங்கபுரமோ சைக்கிளில் போய் வரக்கூடிய வேறு எந்த இடமோ படிக்க வசதியும் இருந்தது. ஆனாலும் கோவிந்தனுக்குத் தன் மகன் பெருமாள் படித்துப் பெரிய மனுஷனாக வேண்டுமென்றெல்லாம் ஆத்மார்த்தமாகத் தோன்றியதே இல்லை.

கோவிந்தனைப் பயன்படுத்திக்கொள்ள மலைக்கு வருபவர்கள் நிறைய உண்டு. ஆனால் அவனை யாரும் மதிப்பதில்லை. படித்தவர்கள் தங்களுக்குப் பயன்படுபவர்களை மட்டும்தான் மதிப்பார்கள் என்று கோவிந்தனுக்கு சற்றே தாமதமாய்ப் புரிந்தது.

மூணுகல் பாலத்தையும் தாண்டிக்கொண்டு மலைக்கு வந்து போகிறவர்கள் அதிகரிக்க அதிகரிக்க டீக்கடை கோவிந்தன்

‘பங்க்’ கடை மற்றும் சிறு வர்த்தக மைய உரிமையாளராக உயர்ந்துவிட முடிந்தது.

பன்னிரண்டாம் வகுப்புக்குப் பிறகு பெருமாள் என்ன செய்யப் போகிறான் என்ற கேள்வியின் மீது யார் கவனமும் திரும்பவில்லை.

‘எந்த கம்பெனிக்காரங்க?’

‘கட்டடம் கட்டறவுங்களாம்.’

பெருமாள் அப்பாவைத் தேடி மலைக்கு வருவது ஒன்றும் கிடையாது. அவனுக்குத் தரையிலேயே மளிகை சைக்கிள் கடை என்று நல்ல ஓட்டம்.

பெருமாளை அணுகியவர்களுக்கு அனேகமாய் மலைமீது தலை போகும் வேலை ஏதோ இருக்கிறது என்று அர்த்தம்.

கோவிந்தன் மலையை விட்டுக் கீழே வருவது மிக அபூர்வம்.

காவல்துறையும் வனத்துறையும் கோவிந்தன் பற்றி விவாதித்த போது கூட மலையைக் கைவிடவில்லை.

கடையில் சைக்கிளை விட்டுப் போவார்கள், காய்கறி மூட்டை, மாகாளிக் கிழங்கு, மரக்கலம்பட்டை என ஏதேதோ... ஒரு நாள் எவனோ கள்ளச் சாராய பாக்கெட் மூட்டையை வைத்துவிட்டுப் போய்விட்டான்.

பத்திரிகைகளில்கூட கோவிந்தன் பெயர் அடிபட்டது.

ஆனால் காவல்துறையினர் அவசரப்படவில்லை. மலையிலிருந்து மூணுகல் பாலம் வழி போய்வருவோர் யாராயினும் ஏதாவது உதவி என்றால் கோவிந்தனே கதி.

கோவிந்தன் கைது பெரும் அமளியாகும் என்று காவல்துறை கருதியது.

ஒரு சஷ்டி அன்று முனீஸ்வரன் கோயிலில் ஆடு வெட்ட, பக்கத்தில் முருகன் கோயிலுக்கு வந்தவர்களுக்கும் முனீஸ்வரன் கோயிலுக்கு பலி கொடுக்க வந்தவர்களுக்கும் வெட்டுக் குத்து என்று ஆனபோது அங்கே விரைந்த கலெக்டரே கோவிந்தன் கடையில்தான் ஓய்வெடுத்தார்.

கடையில் மேலே ஓர் அறை. அதில் ஒரு ஸ்டவ், சில பாத்திரங்கள், ஒரு கட்டில் இவையே இருந்தன.

கள்ளச் சாராயம் காய்ச்சுபவர்களை கோவிந்தன் காட்டிக் கொடுக்கவில்லை. ஆந்திரா பீகார் மாநிலத்தில் நடமாடும் தீவிரவாதிகள்கூட அங்கே வந்து போனதுண்டு.

இந்த மலை இரண்டு நகரங்களைப் பிரிக்கிறது. இது எந்த நடவடிக்கைக்கும் மையம் ஆக முடியாது.

மூணுகல் பாலம் கோவிந்தனின் பிள்ளைப் பருவத்தோடும் சம்பந்தப்பட்டுதான் இருந்தது. அதில் ஓடிப்போய் மறுபக்கப் பையன்களுடன் விளையாடியதுண்டு.

மூணுகல், முனீஸ்வரன் கோயில், முருகன் கோயில், இரு ஞானிகள் சமாதி, தொட்டில்கள் தொங்கும் அரச மரம், மூன்று மஞ்சள் பூசி சென்னிறத் திலகமிட்ட கற்கள், நிழல் தரும் வேப்ப மரம், இரவெல்லாம் பறக்கும் வண்டுகள், பூச்சிகள், அடிக்கடி மழைச்சத்தம், குளிர்ச்சி இலைகளின் மணம் இவை கோவிந்தனின் மனைவி மக்களை ஈர்க்கவில்லை.

ஆனால் அவனுக்கோ இவை இல்லாத ஒரு சூழ்நிலை ஏற்புடையதில்லை.

சினிமாக்காரர்கள் கண்ணில் மூணுகல் பாலம் பட்டது.

இப்போது கட்டடக்காரர்கள்.

மகன் பெருமாள் கட்டடக்காரர்கள் என்று குறிப்பிட்டாலும் கோவிந்தன் மனதில் பொறி தட்டியது.

பெரிய பெரிய கட்டடங்கள் எழுப்ப இது நீலகிரியோ கொடைக்கானலோ இல்லை.

சென்ற தேர்தலின்போது மலையின் மீது மருத்துவமனை, மூணுகல் பாலத்திற்கு பதிலாக நல்ல பாலம் என்ற வாக்குறுதிகள் அடிபட்டன. ஆனால், மலை மீது தேர்தல் புறக்கணிப்பு ஏற்பாடுகள் நடந்தபோது கோவிந்தன் அதை முழுமனதுடன் ஆதரித்தான்.

அனாஸின், பேதிக்கு மாத்திரை, வாந்திக்கு மாத்திரை என்று வைத்திருக்கும் கோவிந்தனுக்கு பாம்புக்கடிக்கு ஊசி போடத் தெரியும்.

கோவிந்தனின் அப்பா பாம்புக்கடியால் இறந்தபோது அவர் கூலியாள் என்பது மட்டுமல்ல காரணம், மலையோடு ஒன்றியவர் களுக்கு மருத்துவ உதவி வெளியிலிருந்து கிடைக்க வாய்ப்பில்லை என்று புரிந்தது.

மலையே வசிப்பிடம் ஆனோருக்கு மலைக்கு வந்து போவோரும் வெவ்வேறு இலக்குகளும் வெவ்வேறு தோல் நிறம் கொண்டவர்களாக கோவிந்தன் மனதில் விரிந்தனர்.

மலையை நேசிப்போரும் மலையோடு ஒன்றியவருமாய் சொற்பம் ஆனவரும் மலைச் சுரண்ட மலையின் மீது அதிகாரம் செலுத்த வருவோர் ஏனையோரும் என அவன் பகுத்துக் கொண்டான்.

கொல்லிமலை, பச்சை மலையைவிட சற்றே உயரம் குறைவானது நாகலிங்க மலை.

நாகலிங்கபுரவாசிகள் தரையில் உள்ள விவசாயத் தொழிலாளிகள்.

நாகலிங்கபுர மலையின் ஒரு பக்கம் சுமார் 40 கிலோ மீட்டர் தூரத்தில் சேலமும் 60, 70 கிலோமீட்டர் தூரத்தில் துறையூரும் இருந்தன.

மலையை ஒட்டியுள்ள மக்கள், மலைவாசிகள் மூணுகல் பாலத்தைத் தாண்டி சேலமோ துறையூரோ போய் வந்தனர்.

பெருமாள் செய்தி சொன்ன கையுடன் கிளம்பிப் போய்விட்டான். அவனுக்கு அப்பனைவிட அரசியல்வாதிகள் மீது அபிமானம் அதிகம்.

கோவிந்தனின் மலைவீடு/கடையில் அவன் மனைவியே அதிகம் தங்கியதில்லை.

தேர்தல் புறக்கணிப்பை கோவிந்தனும் ஆதரிக்கிறான் என்று தெரிந்தவுடன் யாரோ சொல்லி அவன் மனைவி தூது வந்தாள். அன்று அங்கேயே தங்கவும் செய்தாள்.

அந்த இரவு மிகவும் எச்சரிக்கையுடன் ஒரு விழிப்புள்ள ஆணாக தான் அவன் உணர்ந்தான்.

சமவெளியில் உள்ள வசதிகளும் அவை சார்ந்த கனவுகளும் தன் மனைவியைப் பெரிதும் ஆக்கிரமித்திருப்பதை அவனால் உணர முடிந்தது.

கண்ணால் பார்க்கப்படுவதும் நாடகமாக உருவகப்படுத்தப்படக் கூடிய எதுவும் பெண்களுக்கு பெரியதாய்த் தென்படுகின்றன. மலையே வாழ்க்கையின் மையமாகிப் போன யாருக்கும் அரசியல் ஆர்வம் இருக்காது. ஏன்? அவர்களுக்கு மலையை ஒட்டி வாழ்வதே அன்றி சுரண்டி வாழக்கூட தெரியாது.

ஆனால் சந்தனமரம் வெட்டுவது யார், கஞ்சா பயிரிடுவது யார் என அவன் மனைவி கேள்விகளை எழுப்பினாள். அவள் வருகையே அதற்கு பதில். சமவெளிக்காரன் அரிப்புகள் மலைவாசியை எந்த அளவுக்கு தொற்றிக் கொள்ளுகிறதோ அந்த அளவு மலை அழிகிறது.

ஆனால் மலையையே சுரண்டுமளவு மலைவாசிகள் எண்ணிக்கையோ அவர்களின் தேவைகளோ இல்லை.

இதெல்லாம் இறந்துபோன தன் தந்தையின் முரட்டுப் பிடிவாத குறுகிய கண்ணோட்டம் என்று தன் மனைவியும் சந்ததியும் நினைப்பது அவனுக்குத் தெரியும். பெருமாள் மாலையில் சேதி சொல்லிவிட்டுச் சென்றிருந்தான்.

காலையில்தான் யாருமே வருவது. மாலை இருட்டுவதற்குள் இறங்கிவிடுவார்கள்.

ஒரு நிமிடம் தன் அறையைச் சுற்றி நோட்டம் விட்டான் கோவிந்தன். மூலையில் பானைத் தண்ணீர். குரங்கை விரட்டக் கழி அதன் அருகே. மேலே மாடத்தில் எப்போதோ எரிந்து முடிந்த மெழுகுவர்த்தி. நீல வண்ணச் சுவரில் ஈரமும் பாசி படர்ந்து மேல்தளம் வரை ஒரு மங்கலான தோற்றம். அம்பேத்கர் படம். அப்பா படம். ஓர் ஆணியில் சட்டை. கீழே மேசை மீது ஒரு புதுவகைப் பயணப்பெட்டி. பாதி திறந்த அலமாரியில் உள்ளே மருந்துகள். அரிசி, பருப்பு, சமையல் கச்சாப் பொருட்கள். சிறிய இரும்பு பீரோ. இரும்புக் கட்டில்.

சட்டையை அணிந்துகொண்டு டார்ச்சுடன் கிளம்பினான். நிலவு இன்னும் மேலே வரவில்லை. பௌர்ணமிக்கு இன்னும் 5, 6 நாட்கள் இருந்தன.

வீட்டுக்குப் பின்னாடியே ஒற்றையடிப் பாதை. அது முனீஸ்வரன், முருகன் கோயில்களைக் கடந்து போனபோது முருகன் கோயில் கொஞ்சம் நல்ல வெளிச்சமான மின்சார பல்பு பெற்றிருந்தது

புரிந்தது. மூணுகல் பாலம் நெருங்க நெருங்க லாந்தர் விளக்குகள் தெரிந்தன. நடமாடும் ஆட்களின் பேச்சுச் சத்தமும் கேட்டது.

பாலம் தாண்டி செங்குத்தாய் ஏறும் பாதையில் சென்று பெரிய பெட்ரோமாக்ஸ் லைட் வெளிச்சம் காட்டும் முருகன் சைவ உணவகத்தை அடைந்தான்.

கடைக்காரன் வழக்கம்போல் நாலு இட்டிலியைத் தட்டில் வைத்து சதுர வடிவ பெரிய கல்லில் தோசை ஊற்ற ஆரம்பித்தான்.

அங்கிருந்து நாகலிங்க மலை தெளிவாகத் தெரிந்தது. லிங்கம் போன்ற தோற்றம். பச்சைமலை, கொல்லிமலையை ஒட்டிய அழகான தனித் தோற்றம்.

மூணுகல் பாலம் அதன் பள்ளத்தாக்கும் பெரிய மலைகளை ஒட்டிய அதன் அரைவட்ட மறுமுனையும் மங்கிய நிலவொளியில் மரங்கள் அடர்ந்த அதன் தோற்றமும் என்றும் நிலைக்குமா என்று ஏனோ தோன்றியது.

கோவிந்தன் மேல்சாதிக்காரனும் இல்லை. மலையிலேயே பிறந்து வளர்ந்தவனும் இல்லை.

ஒருவேளை மலையிலேயே பிறந்து வளர்ந்திருந்தால் நானும் சமவெளிக்காரர்களின் சுரண்டலுக்கும் சதிகளுக்கும் விலை போயிருக்கக்கூடும்.

தட்டில் தோசை.

இந்த உணவகத்தை நடத்துகிற அய்யர் கூட சமவெளியில்தான் வாழ்கிறார். நாகலிங்கபுரத்தில் அவருக்கு நல்ல ஓட்டலே இருக்கிறது.

தனது உறவுக்காரர்களை வைத்து இதை நிர்வகிக்கிறார்.

அவருக்கு இந்தப்பாலம் சம்பந்தப்பட்ட புதிய விவகாரங்கள் தெரிந்திருக்கலாம்.

4

பச்சைமலை, கொல்லிமலை என்று பிரித்துக் காண முடியாது நெருக்கி அடித்த இரு மலைகள். (உயரம் 8000 மீட்டர் இருக்கலாம்.) அருகிலேயே சுமார் 3000 மீட்டர் உயரத்தில் செங்குத்து என்று சொல்ல முடியாது சரிவு சரிவாய் நிறைய மரங்கள் அடர்ந்ததாய் நாகலிங்கமலை. கொல்லிமலை பச்சை மலையை ஓரளவு ஒட்டியே நாகலிங்க மலையின் மிக உயர்ந்த சிகரமுனை உள்ளது. பிறகு மலை சற்று சரிந்து ஒரு சிறு உயர்ந்த மேடும் அதை ஒட்டி அழகிய அரை வட்டப்பள்ளமும் அதன் குறுக்கே மூன்றுகல் பாலமும் தனி உலகம்.

நாகலிங்கபுரத்தை ஒட்டிய மலைப்பகுதியே ஜன நடமாட்டம் ஓரளவு அதிகமுள்ளது. முனீஸ்வரர் கோயிலும் முருகன் கோயிலும் ஒட்டி அமைந்திருந்தது இந்தப் பக்கம்தான். மூன்றுகல் பாலத்தின் மறுபக்கம் பச்சைமலையும் கொல்லிமலையும் அடர்ந்து கிடந்தன. நாகலிங்கமலையைவிட செங்குத்து அதிகமானதால் சமமான சரிவு இருக்கும் இடங்களில் மலைவாசிகள் வசிப்பிடங்கள் உண்டு. ஒரே ஒரு யானையடிப்பாதை போன்ற வழி ஒன்று அடிவாரத்தை அடைந்தது. அதுதான் தம்மம்பட்டிக்கு அருகான மலைப்பாளையம்.

நாகலிங்கபுரம் துறையூர், முசிறி, திருச்சிக்கு ஓரளவு நெருக்கமானது.

மலைப்பாளையம் தம்மம்பட்டி அதன் காரணமாக சேலத்துக்கு நெருக்கமானது.

இந்த யானையடிப்பாதை மூணுகல் பாலம் வழி மலைப் பாளையத்துக்காரன் நாகலிங்கபுர சந்தைக்குப் போக நாலு மணிநேரம் நடக்கவேண்டும். மலை ஏறி இறங்கும் சிரமம்.

மலைகளைச் சுற்றி பஸ்ஸில் போவது பயணம் என்னவோ 3.00 மணிநேரம்தான். ஆனால் இரண்டு அல்லது மூன்று மினி பஸ்கள் மாறிமாறிச் செல்ல வேண்டும். செலவும் அதிகம். பஸ்ஸில் அடித்து வேறு செல்ல வேண்டும்.

தலைச்சுமையை விட அதிகமானால் கழுதைகள் அல்லது கூலி ஆள் உதவியில் மூணுகல் பாலம் வழி மலைப்பாளையத்தி லிருந்து நாகலிங்கபுரம் அடையலாம்.

அதற்கும் அதிகமான சுமை உள்ளவர்களே பஸ் அல்லது வேன் தேடிக் கிளம்புவார்கள்.

நாகலிங்கபுரத்தில் வாரச் சந்தை வெள்ளிக்கிழமை. அன்று மலைப்பாளையத்திலிருந்து கிளம்பும் விவசாயி அல்லது வியாபாரிகளுக்கு நிறைய மலைவாசிகள் கழுதைகளுடன் அல்லது தனி ஆளாக சுமைதூக்கக் கிடைப்பார்கள்.

உண்மையில் விற்கப்பட்டது என்னவோ துறையூர் சாமானோ அல்லது தம்மம்பட்டி சாமானோதான். நாகலிங்கபுரமும் மலைப் பாளையமும் மலைப்புற அடிவார கிராமங்களின் வாணிபப் போக்குவரத்து மையங்கள்.

இதில் நாகலிங்கபுரத்துக்குப் பெருமை முனீஸ்வரன் கோயிலும் நாகலிங்கபுரத்தை ஒட்டிய மலைப்பக்கம் இருந்ததுதான்.

முனீஸ்வரன் கோயிலுக்கும் மேலே முருகன் கோயிலுக்கும் 10 மீட்டர் மேட்டுப்பகுதி இடைவெளி. முனீஸ்வரன் முதலில் ஒரு சுதை பொம்மையாய் சிவப்பாய் பெரிய மீசைக்காரராய் கத்தியும் (நிஜ) துப்பாக்கியும் வைத்திருந்தார். பிறகு ஓர் அஸ்பெஸ்டாஸ் கூரையும் அவரைச் சுற்றி சிமென்ட் தரையும் பெற்றார். முருகர் நிலை தேவலாம். பத்துக்குப் பத்தடி கர்ப்பகிருகத்தில் முருகர் வள்ளி தெய்வானையுடன் இருந்தார். முருகனுக்கு சிமென்ட் கூரை உண்டு. கோபுரத்துக்கும் ஏற்பாடுகள் நடந்து கொண்டிருந்தன.

இருபதுக்கு இருபதாக ஒரு பெரிய சிமெண்ட் மேடை உண்டு முருகனுக்கு. சஷ்டி, கிருத்திகை நாட்களில் கும்பல் நெரியும். மலைவாழ் மக்கள் அல்லது நாகலிங்கபுர, மலைப்பாளைய எளிய பிரிவு மக்களுக்கு திருமணம் நடத்த அதுவே திருமண மேடையும்.

பிறையுடன் ஓதுவார் மேடை அருகே ஒரு பிளாஸ்டிக் இருக்கையில் அமர்ந்திருந்தார். பிறையுடையவன் என்று அவர் பெற்றோர் வைத்த பெயர் பெரிய ஓதுவார் என்று மருவி விட்டது.

அவர் ஓதுவாராய் எந்தக் கோயிலிலுமே பணிபுரியவில்லை.

சென்னையில் அரசாங்க வேலையிலிருந்து ஓய்வு பெற்று மகனும் மகளும் வட இந்தியா தென் இந்தியா என்று ஜீவனம் செய்யப் போன பிறகு அவருக்கும் அவரது மனைவிக்கும் சொந்த ஊரான மலைப்பாளையமே நிரந்தரம் ஆனது.

முதலில் உறவுத் திருமணங்களில் அவரை ஏதேனும் பேசி ஆசிர்வாதம் செய்ய வேண்ட ஆரம்பிக்க கிட்டதட்ட இரண்டு ஊர்களின் எல்லாத் திருமணங்களிலுமே அவர் சொற்பொழிவு என்று ஆனது.

மணி பன்னிரண்டு. திருமணம் முடிந்து இரண்டு மணி நேரமாக சாப்பாட்டுப் பந்தி நடந்த அடையாளமாய் இங்கும் அங்குமாய் சோறும் காயும் சிதறி இறைந்து கிடந்தன. கடைசிப் பந்தியின் இலையை எடுத்தபாடில்லை. ஒரு குழந்தை ஒரு இலையி லிருந்து உணவை வாய்க்குக் கொண்டுபோக முயன்று தோற்று, தொடர்ந்து முயன்று கொண்டிருந்தது.

மாப்பிள்ளை வீட்டார் நடத்திய கல்யாணத்தில் யாரையுமே தன் நாத்தனார் கவனித்து சோறு பரிமாறுவதிலும் உற்சாகம் காட்ட வில்லை என்று அந்த வீட்டு மருமகள் வரிந்துகட்டி அவளுக்கு ஆதரவாகவும் எதிராகவும் இரு அணி திரண்டு பெரிய விவகாரம் போல பேச்சு தடித்து முடிந்திருந்தது.

சோற்றைச் சுற்றிய ஈக்கள் ஓதுவாரின் மீது உட்கார்ந்து அவருக்கு எரிச்சலூட்டின.

பேச வேண்டிய விஷயத்தை கடைசிவரை அசைபோட்டுப் பேச ஆரம்பிப்பது வசதியாயிருந்தது.

இங்கு வந்தபிறகு அதுவும் அந்த இளம்பெண் ஆரம்பித்த வாய்ச்சண்டையைப் பார்த்த பிறகுதான் புகுந்த வீட்டில் தன்னை நிலைநிறுத்திக்கொள்ள, தனது ஆதிக்கத்தை வளர்த்துக்கொள்ள ஒரு பெண்ணுக்கு யார் முன்மாதிரி? தாயா? ஏற்கெனவே சந்தித்த உறவுமுறைப் பெரிய பெண்மணிகளா? எந்த பிம்பம் அவளுக்கு வழி காட்டுகிறது?

மலைப்பாளையம் பஞ்சாயத்துக்காரர்கள் அவரையும் பஞ்சாயத்துக் கூட்டத்துக்கு அழைத்திருந்தார்கள்.

முகூர்த்த நேரம் நினைவிலில்லாததால் பயந்து நேரே முருகன் கோயிலுக்கே வந்துவிட்டார்.

பஞ்சாயத்துத் தலைவர் பழனி அமுத்தி 'அவசியம் வரணும்' என்று அழைத்திருந்தார்.

இலை எடுத்து தண்ணீர் தெளித்துத் துடைத்துக் கொண்டிருந்தார்கள்.

தனக்குப் போர்த்தப்பட்ட கைத்தறித் துண்டை நாற்காலி மீது போட்டுவிட்டுப் பேச ஆரம்பித்தார் ஓதுவார்.

'திருமணத்திற்கும் மணவாழ்க்கைக்கும் குடும்பம் என்னும் அமைப்புக்கும் நாம் தரும் மதிப்பு தனித்தன்மை உடையது. பெண்மையின் பெருமிதமும் பெண்மை முழுமையடையும் அற்புதமும் அது. பெண் தன் கணவன் என்னும் சாளரத்தால் தன் முழு உலகைக்காண முயல்கிறாள். ஜன்னல் விளிம்புதான் விளக்கத்துக்கான வழியும்தான்.

பெண் தன்னை நிலைநாட்டிக்கொள்ளப் போராடுகிறாள்.

ஜன்னலைத் திறந்து மூடுவதுபோல கணவனின் அரவணைப்புடன் தலைநிமிர்ந்து தனது நிலையை, தன் கனவுகளை உலகுக்கு வெளிப்படுத்துவாள். தன்னை தர்மசங்கடப்படுத்த முயல் வோரிடமிருந்து கணவன் என்னும் ஜன்னலை மூடிக் காத்துக் கொள்கிறாள்.

அவன் மூலமே வெளிச்சம் தேவைப்படும்போது அவனே திரை அவனே உலகம் ஆவதும் அவ்வாறே. பெண்ணின் ஆசைகள் அழகு உணர்வு மிகுந்த கனவுகள் இவையே உலகை மனித உறவுச் சங்கிலி என்னும் மல்லிகைச் சரத்தால் பிணைத்து மணம் கொழிக்க வைக்கிறது.

பூவாய் சிரிக்கவும் மென்மையாய்க் கனவு காணவும் பொங்கி எழுந்து போராடவும் இவை யாவுமே பெண்ணுக்கு சாத்தியம். பெண்மை மதிக்கப்படும் குடும்பம் வளர்கிறது. பெண்மை கொச்சைப்படுத்தப்படுவதும் அவளது கனவுகள் விலைபேசப் படுவதும் விரக்தியில் தானே பெண் சிசுவைக் கொல்லும் அவலமும் நம் சமுதாயம் மனிதநேயப்பாதையினின்று வழுவியதன் விளைவுகள். பெண்ணை வாழ வைத்து நாம் வாழுவோம்.

வாழ்க மணமக்கள்.'

நிறைய உவமானக் கதைகள் துணுக்குகளைச் சொல்லி தம் பேச்சை மிளிரச் செய்வார் ஓதுவார்.

ஆனால் இன்று அந்தப் பெண்ணைப் பார்த்து உணர்ச்சிவசப்பட்டு விட்டார்.

பேச்சு முடிந்து ஓய்வாக ஓரிருவருடன் அளவளாவிக் கொண்டிருந்தார்.

ஓரிருவர் அரசாங்க விதிமுறைகள் பற்றிய சில சந்தேகங்களைக் கேட்டனர். சிலர் குடும்ப விஷயங்கள் பற்றி.

இருட்டுவதற்குள் மலைப்பாளையம் அடைவதற்காக ஐந்து மணிபோல கிளம்பி மூணுகல் பாலம் தாண்டி நடந்து ஊரை நெருங்கும்போது பஞ்சாயத்துத் தலைவர் பழனி எதிர்ப்பட்டார். 'மூணுகல் பாலத்துக்கு பதிலாக கான்கிரீட் பாலமும் நம்ம ஊர் வழியாக ரோடும் வருதாம். கான்கிரீட் பாலமும் ரோடும் வந்தா மலைக்கி கோயிலுக்குன்னு வர்ற கும்பலுக்கிட்டே கட்டணம் வசூலிக்க நாகலிங்கபுரத்தானுங்க திட்டம் போடறாப்போலே. நாம இந்தப் பக்கம் நுழையற வாகனத்துக்கு நுழைவு வரி கேப்போம். பக்கத்து ஊருக்காரங்களுக்கும் அதுல பங்குன்னு அறிவிச்சா தொகுதியே நம்ம பக்கம். என்ன நெனைக்கறீங்க?'

'கூட்டத்துல மத்த போர்டு மெம்பருங்க என்ன சொன்னாங்க?'

'எல்லாருமே ஒரு நுழைவு வரி வாங்கறதுதான் நம்ம ஊருக்கு நல்லதுங்கறாங்க.'

'அது சரி' ஓதுவார் தலையசைத்தார். எது நல்லது என்பது புரிந்தால் இறைவனையே புரிந்துகொண்ட மாதிரி என்று தோன்றியது அவருக்கு.

5

ஜீப் சவாரியை விட விடியற்காலை மலையில் ஏறுவது எவ்வளவோ இனிமையான அனுபவமாய் இருந்திருக்கும்.

கலெக்டர் ராமச்சந்திரனுக்கு மலைப்பாளையத்திலிருந்து முருகன் கோயிலுக்கு சஷ்டியை ஒட்டி வருவதுபோல ஓரளவு சாதாரண மாக தனது வருகை தென்படட்டும் என்று எண்ணி இருந்தார்.

ஆனால் மலைப்பாளையத்தை நெருங்கும்போதே சுவரொட்டிகள் அவரை வரவேற்றன.

'மலைப்பாதையைச் சீரமைக்கும் கலெக்டர் ஐயா! வருக.'

'பக்தர்களுக்கும் சுற்றுலாப்பயணிகளுக்கும் பணி செய்யும் மலைப்பாளையம் பஞ்சாயத்து உதவி வேண்டி கைகூப்புகிறது கலெக்டர் ஐயா.'

கீழே மலைப்பாளையம் கிராமப் பஞ்சாயத்து மற்றும் ஊர்ப்பொதுமக்கள் என்று எழுதப்பட்டிருந்தது.

மலைமீது செங்குத்து அதிகம் இல்லாத மலைப்பாளையப் பக்கத்திலிருந்து தற்போது உள்ள யானையடிப் பாதையை செம்மண் சாலையாகச் சீரமைப்பது, மூன்றுகல் பாலத்தை 'கான்கிரீட்' பாலம் ஆக்குவது என்ற திட்டம் வரைபட அளவில்

வரும்போதே வசூல் சமாசாரம் மேலெழும் என்று அவருக்குத் தோன்றவேயில்லை. எம்.எல்.ஏ. கூட 'நாகலிங்கபுரம் வேற கட்சி எம்.எல்.ஏ.வோட தொகுதியில வருது. திட்டம் ஆரம்பிக்கற முன்னாடி அவரையும் கலந்துக்கலாங்க' என்றார்.

போட்டியில் எதிரிக்கு சின்ன சாதகத்துக்கு வாய்ப்பு இருக்கு மென்றாலும் அந்தப் போட்டியே வேண்டாமென்று கைகழுவுகிறது அரசியல் போலும்.

இப்படி தன்னை வரவேற்று போஸ்டர் போட்டதால் இரண்டு எம்.எல்.ஏ.வுக்கும் தான் எதிரி ஆவது நிச்சயம் என்று தோன்றியது.

'நாம காமெடியந்தான். ஹீரோ அரசியல்வாதிதான் என்று ஒரு சீனியர் சொல்லி அரசியல்வாதிகளை உரசிக் கொள்வது தற்கொலைக்கு ஒப்பானது' என்று எச்சரித்ததுண்டு.

போதாக்குறைக்கு வனத் துறை அதிகாரிகள் முருகன் கோயில் மற்றும் முனீஸ்வரன் கோயில் நாகலிங்கபுரப் பராமரிப்பில் எப்போதுமே இருந்துவருவதால் இதில் வனத்துறை செய்யக் கூடியது எதுவுமில்லை என்று கோப்பில் எழுதி நழுவிக் கொண்டார்கள்.

ஒரு பி.சி. அலெக்ஸாண்டர், டி.என். சேஷன், ஒரு மன்மோஹன் சிங் மாதிரி வரும் ஆசை தப்பா என்ன?

ஆனால், ஐ.ஏ.எஸ் பாஸ் செய்கிற எல்லோருக்குமே இதே போன்ற கனவுகள், காலப்போக்கில் விரக்தி அடைபவர் பலர் என்றாலும் பாதிப்பேர் ஏணியின் இறுதிப்படிக்கு ஆசையோடு உழைத்துக் கொண்டிருக்கிறார்கள்.

'பிள்ளைமாருங்கள்ள பி.எஸ்.ஸி ஆனர்ஸ் படிச்சவங்க அந்தக் காலத்திலே ரொம்ப கம்மிடா. அப்பாவை தாத்தா அதிக தூரம் அனுப்ப விரும்பல. உள்ளூரு போஸ்ட் ஆபீஸ் கிளார்க்காகவே இது வரை உங்க அப்பா காலம் முடிஞ்சிருச்சி. தினமும் மனம் கொதிக்கறாருடா...' அம்மா சொல்லிச் சொல்லி வளர்த்து அப்பாவால் பந்தயக் குதிரை மாதிரி தயார் செய்யப்பட்டு, சாதனை, வெற்றி, அரசாங்கத் துறைகளில் உயர்நிலை என்றே தனக்குள் தன்னைப்பற்றிய பிம்பம் வார்க்கப்பட்டிருக்கிறது.

‘தேடல்
அந்த அறையில்
நிறைந்திருந்த
புழுதி மேலெல்லாம்
காலடிச் சுவடுகள்
முன்னோரின் கால்தடம்
தேடி வந்தோரின்
பதிவுகளையும் சேர்த்து...’

என்றெல்லாம் கவிதை எழுதி மனம் நெகிழ்ந்திருந்த காலங்களில் பந்தயக் குதிரையாயும் இலக்கியத் தோகை விரிக்கும் ஆண் மயிலாகவும் இரண்டு பிம்பங்களும் முரண்பட்டு ஒட்டாமல் மனப்போராட்டங்கள் நடந்ததுண்டு.

பந்தயக் குதிரைக்கோ ‘நான்’தான் எல்லாம். இலக்கியம் பேசுகிறவனுக்கு ‘நான்’ ஒரு சாளரம் மட்டுமே.

போஸ்ட் ஆபிஸில் அன்றாடக் கணக்கைப் பார்த்ததோடு நிம்மதியாக மாலை வீடு செல்ல முடிந்தது அப்பாவுக்கு எவ்வளவு பெரிய பேறு!

இளமையை, குடும்பத்தை, ரசனைகளை எல்லாவற்றையும் விட்டுக் கொடுத்தாயிற்று. குதிரை பிம்பமே கூத்தாட மயில் எப்போதாவது எட்டிப்பார்ப்பதோடு சரி. ஆனால், சமீப காலங்களில் புலி மீது அமர்ந்திருக்கிறவனின் அச்சமும் தன்னிரக்கமுமான ஒரு தோற்றம் தன்னைப் பற்றியே தனக்குள்ளேயே வெடிக்கத் துடிக்கற மாதிரி விசுவரூப மெடுக்கிறது.

அப்பா உயிரோடு இருந்தால் சொல்லலாம், ‘நீங்கள் பச்சை குத்திய குதிரை, சிம்மாசனம் எல்லாம் புலிப்படம் வந்ததும் சிறியதாகிவிட்டன.’

மகனைப்பற்றி அப்பா ஆசைப்படுவது அவனை அச்சுறுத்தும் மற்றுமொரு பிரமை. இன்று இரண்டு கிராமத்துக்காரர்களும் பாதையும் பாலமும் வந்த பிறகு வரும் பக்தர் கும்பல் பற்றிய வருமானம் பற்றி அடித்துக்கொள்ளக் கூடும். வெவ்வேறு கட்சி எம்.எல்.ஏ.க்கள் வேறு. மலைப்பாளையம் தாண்டி மலைமீது ஏற ஆரம்பிக்கும்போது சொல்லி வைத்த மாதிரி பஞ்சாயத்துத் தலைவர் வந்து வணக்கம் சொல்லி, ‘நானும் வரட்டுங்களா?’

என்றவாறு ஜீப்பில் ஏறிக்கொண்டார். தனது அச்சங்கள் தன் மீதான நிர்பந்தங்கள், தன் கையைப் பிணைத்திருக்கும் விலங்குகள் இவை அத்தனைக்கும் ரத்தமும் சதையும் கொடுத்தமாதிரி தோன்றினார் பஞ்சாயத்துத் தலைவர் பழனி.

ஜீப்பின் அதிர்வோ தனது மௌனமோ எதுவுமே பழனியை பாதிக்கவில்லை. இந்த மலையின் மூலிகைகள் உசத்தி, இங்கு மேய்க்கப்படும் மாடுகளின் பாலும் ஆடுகளின் இறைச்சியும் சிறப்பானவை. இயற்கைத் தாவரச் சத்துக்கள் மிகுந்தவை என்றார். மூடிபோட்ட மூங்கிற் கூடை நிறைய கொய்யாப்பழம் கொண்டு வந்திருந்தார். மூங்கில்களும் மலையில் உண்டு. கூடை முடையும் மலைவாசிகளும் உண்டு. முகப்புகழ்ச்சியாக, 'உங்க ஆட்சியிலே எங்களுக்கு என்னய்யா குறை?' என்றார்.

ஆட்சி என்றவுடன் ராமச்சந்திரனுக்கு டெல்லி நினைவு வந்தது. நம் திறமை அரசின் கண்ணில்பட டெல்லி நல்ல இடம் என்றான் ஒரு சீனியர். அவன் டெல்லியில் இன்கம்டாக்ஸ் டிபார்ட்மெண்டில் நல்ல பெயர் வாங்கிக் கொண்டிருப்பவன். சொல்லி வைத்த மாதிரி இன்னொரு சீனியர், 'நீ இடமாற்றத்துக்கு தயார் என்று தெரிந்ததால் டெல்லி தராமல் குஜராத்துக்கு மாற்றி விட்டால்? பிப்ரவரி 2002லிருந்து மே 2002 வரை நடந்ததை ஜூன் மாதம் மறந்து விடுகிறாயே! மதவெறி, ஜாதிவெறி போலவே முதலில் எதிர்க்கப்பட்டு, பின்பு சகிக்கப்பட்டு இப்போது ஏற்கப்படுகிற நிலைக்கு போய்க் கொண்டிருக்கிறது' என்றார். இடமாற்றம் வாங்கும் எண்ணத்தையும் கைவிட்டாகி விட்டது.

தன் வருகைக்காகப் பல இடங்களிலும் புது மண் கொட்டி சமன் செய்திருப்பது நன்றாகத் தெரிந்தது.

பல இடங்களிலும் வண்டியைத் திருப்பி, ஒடித்து ஏற்ற இறக்கமான யானையடிப் பாதையில் வண்டி ஓட்டும்போது புதராய் மண்டிய செடிகள் மரக்கிளைகள் ஜீப்பின் உள்ளேயும் ஊடுருவி உராய்ந்தன. வனத்துறையிலிருந்து வரவழைக்கப் பட்டிருந்த டிரைவர் அடிக்கடி வருத்தம் தெரிவித்தபடி ஓட்டினான்.

பால் குடங்களைத் தலைமீது சுமந்தவர்கள், காவடியைத் தோள் மீது தூக்கியவர்கள் என பல இடங்களிலும் பொதுமக்களுக்காக ஜீப்பும் அவர்கள் வண்டிக்கும் என ஒருவருக்கொருவர் இடம் தந்து ஒதுங்க வேண்டியிருந்தது.

வெள்ளை ஆடையின் மீது மஞ்சள் நீர் தெளித்து ஈரத்துடன் காவடியோ பால்குடமோ ஏந்துபவர்கள் வித்தியாசமாகத் தெரிந்தவர்கள். சில ஆண்கள் குழந்தையைத் தோளில் ஏந்தி வந்தனர். மலைக்குப் போகும் வழியிலேயே ஓர் இடத்தில் இரண்டு மூன்று பேர் முடி இறக்கிக் கொண்டிருந்தனர். 'இங்க எல்லாம் முடி எறக்கிக்கறவங்க குளிக்க தண்ணியை கீழே இருந்து கொண்ணாந்து விலைக்கி விக்கிறானுங்க. பஞ்சாயத்துல வருமானம் இருந்தா குழாய் வசதி செய்யலாம்' என்று மறுபடியும் ஆரம்பித்தார் பழனி.

ஒரு வழியாக முகட்டை எட்டிய ஜீப் 'முருகன் சைவ உணவகம்' அருகே நின்றது.

'கலெக்டர்வாள் வரணும்' என்று ஒரு ஐம்பது வயது மதிக்கத்தக்கவர் வரவேற்றார்.

'கேசரியும் டிபனும் ரெடியா இருக்கு. சாப்பிடலாம்.'

வேண்டாம் என்று கையசைத்தார் கலெக்டர்.

'காபியாவது சாப்டுங்கோ.'

எவர்சில்வர் டம்ளர் டபராவில் வந்த காபியை அய்யர் ஆற்றி ஆற்றி அவருக்கும் பழனிக்கும் கொடுத்தார்.

'சார்... காபி நன்னாருக்கா? மெட்ராஸுலேருந்து ரெண்டு நாளா சினிமாக்காராள் எல்லாம் வந்திருந்தா. அவாளுக்கு பிடிச்சிருந்தது.'

'தேங்க்ஸ்' என்று பணம் எடுக்க கையை உயர்த்தினார். 'நன்னா இருக்கு. உங்க பாதம் பட்டதே பெரிசு நேக்கு' என்று குழைந்தார் அய்யர்.

உணவு விடுதியை விட்டு வெளியே வந்தார் கலெக்டர். எதிர்ப்புறம் கோயிலிலிருந்து கந்தர் சஷ்டிக் கவசம் ஒலிப்பெருக்கியில் கேட்டது.

உருமிமேள ஒலிக்கேற்ப சில காவடிக்காரர்கள் ஆடிக் கொண்டிருந்தனர். இதற்கு முன் ராமச்சந்திரன் அங்கே வந்திருந்தார். ஆனால் சஷ்டி அன்று வருவது இதுதான் முதல் முறை.

பாலத்தின் இருபக்கமும் பள்ளத்தாக்கின் மேல் இணை கோடுகள்போல் பலரும் தரையில் பிளாஸ்டிக் ஷீட்டுகளை

விரித்து வளையல், ரிப்பன், பொம்மைகள், செருப்புகள், பொட்டு, சாந்து, குழந்தை-பெரியவர் உள்ளாடைகள், சட்டைகள், பாத்திரங்கள், குளிர்பானங்கள் என கடை வைத்திருந்தார்கள்.

கோயிலுக்குப் பின்பகுதியில் கற்களைப் பரப்பி மேலே பலகைகள் வைத்தும் கடைகள் எழுப்பி இருந்தார்கள்.

கடைகளை ஒட்டி வெவ்வேறு கட்சிக் கொடிமரங்கள்.

இந்தப்பக்கம் திரும்பிப் பார்த்தார். ஐயரின் முருகன் சைவ உணவகத்தை ஒட்டி அவசரம் அவசரமாக சமன் செய்து எழுப்பப் பட்ட பங்க் கடைகள் தென்பட்டன.

இன்னும் ஒரு வருடத்திற்காவது இந்த பாலம்-சாலை அமைக்கும் திட்டம் ஒத்திப் போடப்படுவது நல்லது என்று எண்ணியபடியே பாலத்தைக் கடந்தார் கலெக்டர்.

ஒவ்வொரு முறை முஸ்லிம் பெண்போல 'புர்கா' அணிந்து ஊரைச் சுற்றிப் பார்க்கக் கஷ்டமாகதான் இருந்தது. கோபிகா கன்னா தமிழில் புகழ் பெற்றுவிட்டாள். இதனால் புது ஊரைப் பார்க்கும் ஆசையை இப்படித்தான் தீர்த்துக்கொள்ள வேண்டியிருந்தது. டிரைவர் யாரோபோல பத்தடி பின்னாடி நடந்து வந்துகொண்டிருந்தான்.

ஒருநாள் இரவு நெருக்கத்திற்குப் பின் அசந்து உறங்கப் போன வினோத் காதில் 'உங்களோட வெளியில சுத்தணும்போல இருக்கு ராஜா' என்றாள். அவரும் தனது மதராஸி ஹிந்தியில் 'நாமிருவரும் மாறுவேடத்தில்தான் வலம்வர முடியும்' என்றார்.

இரண்டு படத்திலேயே கனவுக் கன்னியாய் உயர்ந்த கோபிகா கன்னா தனது முதல்பட டைரக்டரான தன்னுடன் நெருக்கமாகிவிட்டாள் என்ற கிசுகிசுவை வினோத் விரும்பவில்லை. இந்தப் படம் வேறு டைரக்டருடையது.

முஸ்லிம் பெண் வேடத்தில் கோபிகாவுக்கு இன்னொரு வசதியும் இருந்தது. தமிழ் தெரியவில்லை என்பது பெரிய விஷயமாயிருக்காது.

டெல்லி முனிர்காவில் அப்பாவின் கடையில் உட்காரும்போது நிறையவே மதராஸி பெண்களைப் பார்த்திருக்கிறாள்.

வஞ்சனையில்லாமல் பெரிய குங்குமமும் மஞ்சள் கயிறு கழுத்திலும் எங்கும் வித்தியாசமாகத் தெரிவார்கள். மதராஸிகள் 'மெஹந்தி' இட்டுக்கொள்வதும் வித்தியாசமானது. எந்த விதமான வேலைப்பாடும் இன்றி விரல் நுனிகளில் சிவப்பாக உள்ளங்கைகளில் பெரிய வட்டமாக இட்டுக் கொள்வார்கள்.

மலைப்பாளையப் பெண்கள் தன்னைவிட நல்ல உடற்கட்டு உடையவர்கள். கொஞ்சம் நிறமாக இருந்தால் எந்த நடிகையை யும் விட அழகானவர்களே.

மலைப்பாளையம் பெண்களில் ரப்பர் வளையல், வாயில் புடவை அணிந்தவர்களும் கழுத்தில் வெறும் மஞ்சட்கயிறு மட்டும் அணிந்த பெண்கள் பலரும் தென்பட்டார்கள். கன்னங்கரிய உடல்களாயிருக்கும் அவர்களின் உள்ளங்கை மட்டும் சிவந்தும் மென்மையற்று இறுகியும் இருந்தது. அனேகமாகப் பெண்கள் தலைமீது ஒரு துணியைச் சுற்றி வைத்து அதன்மீது ஒரு மூங்கிற்தட்டு குழிவானதாய் அதில் காய்கறிகள், மண்வெட்டி, மண்பானைகள் இவற்றைச் சுமந்தபடி சென்றார்கள். இவர்களுடன் தென்பட்ட ஆண்கள் ஒன்று சட்டையணியவில்லை அல்லது சினிமா நடிகர்களின் உருவம் பொதிந்த பனியன் அணிந்திருந்தார்கள். வேட்டி அல்லது லுங்கி அணிந்திருந்தவர்கள் அதை மடித்துக் கட்டியிருந்தார்கள். பெரிய டிரவுசர் தெரிய மடித்துக் கட்டிக் கொண்டிருப்பதை அவர்கள் வித்தியாசமாகக் கொள்ளவில்லை. மேலே சட்டை, ஜாக்கெட் அணிந்த ஆண் பெண்கள் சற்றே வசதியானவர் என்று தோன்றுகிறது. அவர்களது உடைகளும் நல்ல தரமாயிருந்தன.

மலைப்பாளையத்தில் ஒரே ஒரு கடைவீதி இருந்தது. கடைவீதி முடிவில் பஸ் ஸ்டாண்ட். கடைவீதியின் துவக்கத்தில் ஒரு போலீஸ் ஸ்டேஷன். வெளியிலிருந்தே இரு அறைகளும் நன்றாகத் தெரிந்தன. இரண்டு பேரின் லுங்கிகளை வைத்து பின்பக்கமாக அவர்களின் கைகள் மடித்துக் கட்டப்பட்டிருந்தன. ஒரு போலீஸ்காரர் அவர்களை கையில் தடியுடன் விசாரித்துக் கொண்டிருந்தார்.

அடுத்து பிளாஸ்டிக் சாமான்கள் கடை. அடுத்து பாத்திரக்கடை. எதிரே துணிக்கடை. பாத்திரக்கடைக்கு அடுத்து மாரியம்மன் கோயில். எதிரே நகை அடகுக்கடை. அடுத்து நகைக்கடை.

இதற்கு அடுத்து ஓர் உரம், பூச்சி மருந்துக்கடை. அதற்கு அடுத்தது புகைப்படங்களுக்குக் கண்ணாடி போடும் கடை. அதில் நிறைய கடவுள் படங்கள், சினிமா நடிக நடிகையர் படங்கள், அரசியல் தலைவர்கள் படங்கள் தென்பட்டன. கண்ணாடியை அறுக்கும் விசேஷ ரம்பத்தில் கண்ணாடிகளை அறுத்து படத்தின் பின்னாடி அட்டையை வைத்து சுற்றிலும் சட்டம் அடித்து மேலே மாலை மாட்ட வசதியாய் இரு ஓரத்திலும் இரு சிறு ஆணிகள் நடுவில் கொக்கி. சிறு ஆணிகளில் மாலை மாட்டுவதை வினோத் வீட்டில் பார்த்திருக்கிறாள். வினோத் முகத்தில் தனது தாய்மை, மணவாழ்க்கை பற்றிய பெருமிதம் தெரிந்தது. தாய்மையின் ஏதோ ஒரு மாய ஒளி அங்கி பெண்ணை மிளிர வைக்கிறது. உடற்கட்டு இல்லை. உடலை மெலிந்து வைத்துக்கொள்ளும் அக்கறையும் இல்லை. ஆனால், என்ன அழகு! முகத்தில் அந்தப் பெருமிதத்தில் எத்தனை அமைதி. ஒரு நிறைவு.

வினோத் மனைவியின் சாப்பாடு மிகவும் ருசியானது. தெற்கத்தி சாப்பாடு புளி தூக்கலாக இருந்தாலும் ருசியாகவே இருந்தது. இரண்டு பெண் குழந்தைகள். ஒருத்திக்கு வயது பன்னிரண்டு. இன்னொருத்திக்கு ஐந்து. தெற்கில் மட்டுமே காணப்படுகிற பாவாடை, சட்டை அணிந்து, நகைகளுடன் குழந்தைகள் தேவதைகளாய்த் தென்பட்டனர்.

'இன்னும் ஒரு வருடத்தில் 'மார்க்கெட்'டில் ஸ்டெடி ஆகி விடு, பிறகு திருமணம்' என்று வினோத் சொல்லியிருந்தார். திருமணத்திற்குப் பிறகு தனக்கும் ஓர் அழகிய பெண் குழந்தை பிறக்கும் என்றே கோபிகாவுக்குத் தோன்றியது. துணிக்கடை சைக்கிள் கடைகள் தாண்டினாள்.

அனேகக் கடைகள் ஒரு வீட்டின் முன் பகுதியாகவே இருந்தன. அதனால்தான் மாலையில் தண்ணீர் தெளித்துக் கோலம் போட்டிருந்தார்கள். ஷூட்டிங் நடந்த பல கிராமப் புறங்களில் சாணம் வைத்துத் தரையை மெழுகி கோலம் போட்டிருந்தார்கள். எப்படி கச்சிதமாக கோலத்தை வடிவமைக்கிறார்கள் என்பது கோபிகாவுக்கு ஆச்சரியமாகவே இருந்தது. பஸ் ஸ்டாண்ட் சுற்றிலும் சிறுநீர் வாடை. சிறிய வடிவமுடைய பஸ்கள் நீளத்தில் மட்டும் குறைவானதாய் இருந்தன. பெரிய பஸ்களில், சினிமா பாட்டுச் சத்தம் கேட்டபடி இருந்தது.

‘ஏறு ஏறு ஏறு
ஏருக்காகக் காத்திருக்கு
இத்துனூண்டு வயலு’

இந்த வரிகள் கோபிகா நடித்த முதல் படப் பாடல் வரிகள். மிகவும் மோசமான அர்த்தம் உடையது என்று சில பத்திரிகை களில் கூட வந்தது. கோபிகா வயிறை அசைத்த விதம் பற்றிக் கூடதான்.

குழந்தை பிறந்த கையோடு நடிப்பதை நிறுத்திவிட வேண்டும். உடற்கட்டை பற்றி அக்கறையில்லாத தாய்மையின் பெருமிதம் மிகுந்த பிம்பம் தன்னுள் விஸ்வரூபமாய் வீற்றிருப்பது அவளுக்குப் புரிந்தது. அது வினோத்தின் மனைவியின் உருவிலே தன்னுள் நுழைந்திருக்க வேண்டும். தன்னுடைய தாய் வறுமையுடன் போராடும் ஒரு கூலியின் பிம்பத்தையே சுமந்திருந்தாள் என்பது கோபிகாவுக்கு நினைவு வந்தது. தாயைத் தவிர்த்த வேறு ஒரு பெண்ணின் ஆளுமை பிம்பம் வினோத்தின் மனைவியிடமே கிடைத்தது.

மணி ஏழாகி இருபது நிமிடம். பஸ் ஸ்டாண்டில் ஒரு கடையில் ஒன்று என்று விரலால் காண்பித்து சாய் என்றாள். டெல்லிபோல இடங்களில் இஞ்சியோ ஏலக்காயோ கிடையாது. பாலும் டீத்தூளும் சேர்ந்து கொதிப்பதெல்லாம் கிடையாது. வெந்நீரில் பாய்லரில் சுடும் டீத் தண்ணியை பாலுடன் கலக்கிறார்கள். அவ்வளவே. டீக்கடைக்காரன் பாலை இரண்டு அடி உயரத்தி லிருந்து கீழே உள்ள பாத்திரத்தில் ஊற்றி ஆற்றி டீ கிளாஸ்களில் ஊற்றுகிற லாகவம் பார்க்க ரசனைக்குரியதாயிருந்தது. டிரைவர் தனியே ஒரு டீ குடித்துக் கொண்டான்.

பஸ் ஸ்டாண்ட் தாண்டியதும் காவிக் கொடியில் ஏதோ படம் போட்டு இருந்தது. நிறைய கொடிகள் தோரணங்களாய் இருந்தன. மேடையில் யாரோ தமிழில் பேசிக் கொண்டிருந்தார். கூட்டத்தில் முழுக்கவுமே ஆண்களே இருந்ததால் தான் தனியாகத் தென்படுவதாகத் தோன்றியது கோபிகாவுக்கு.

டிரைவர் அருகில் வந்து ‘நாம் போகலாம்’ என்றான்.

பஸ் ஸ்டாண்ட் அருகில் உள்ள இந்த மைதானம் அரசியல் கட்சிகளுக்கு ஏன் பிடித்தமானது என்று அடுத்து வந்த

'தியேட்டரை'ப் பார்த்தவுடன் கோபிகாவுக்குப் புரிந்தது. குறைந்தபட்சம் பஸ் ஸ்டாண்ட், தியேட்டருக்கு வரும் கும்பல் வந்து பேச்சைக் கேட்கும்.

நடிகர் ரஜினிகாந்த் குதிரைவண்டி ஓட்டுகிற மாதிரி போஸ்டர் போட்டு இருந்தது.

ஒரு பெரிய தகரக் கொட்டகை. வெளியே மூங்கிற்தட்டினால் தடுப்பு செய்திருந்தார்கள். டிரைவரிடம் ஒரு டிக்கெட் வாங்கி வரச் சொன்னாள். 'அம்மா, நாம இரவுக்குள் நாமக்கல் சென்று விடவேண்டும். லாட்ஜ் அங்கேதான்' என்றான் கொச்சை ஹிந்தியில். 'தெரியும், டிக்கெட் வாங்கி வா' என்றாள்.

'தரை டிக்கட்தான் கிடைத்தது' என்றான் டிரைவர்.

'பரவாயில்லை.'

தான் இரவு உணவு சாப்பிட்டுவிட்டு வெளியில் வந்து காத்திருப்பதாகக் கூறி அவன் கிளம்பினான்.

டார்ச் லைட்டுடன் ஒருவன் வந்து கிட்டத்தட்ட திரைக்குக் கீழே என்று சொல்லும்படியான மண் தரையில் கொண்டுபோய் அவளை அமர்த்தினான். அப்போது ரஜினிகாந்த் தன்னுடன் சண்டை இடுபவர்களைப் பந்தாடிக் கொண்டிருந்தார். பெண்கள் பகுதிக்கும் ஆண்கள் பகுதிக்கும் இடையே ஒரு மண்சுவர் - இரண்டடி உயரமிருக்கும் - எழுப்பப்பட்டிருந்தது.

ப்ரொஜெக்டரிலிருந்து திரையை நோக்கி வரும் ஒளிக் கற்றையில் பீடி சிகரெட் புகை கலந்து வினோதமாயிருந்தது.

சில பெண்கள் அழும் குழந்தைகளுக்குப் பால் கொடுத்த வண்ணம் இருந்தனர். பாவாடை, சட்டை, தாவணி அணிந்த பெண்கள் வெகு உற்சாகமாக முகமெங்கும் பரவசமாகப் படம் பார்த்துக் கொண்டிருந்தனர்.

வெள்ளித் திரையில் ஏறி இறங்கும் வெளிச்சத்தில் தரையிலுள்ளவர்கள் முகத்தைப் பார்க்க முடிந்தது. எவ்வளவு உணர்ச்சிவசப்பட்டு படம் பார்க்கிறார்கள்! திரையில் வரும் எந்தக் கதாபாத்திரம், எந்தச் சம்பவம் அவர்களுடன் பொருந்துகிறது? உள்ளே உருவமில்லாது வலுவில்லாது உழன்று கொண்டிருக்கும் கனவுகளும் ஆசைகளும் கதாபாத்திரங் களின் வடிவில் பொருத்திக்கொள்ளுமோ தன்னை?

பக்கத்திலிருந்த பெண்ணின் குழந்தை பால் அருந்தி உறங்கி விட்டது. ரவிக்கையை இழுத்துக் கட்ட மறந்த அவளின் மார்பில் பாலின் ஈரம் தெரிந்தது. இதேபோல வினோத்தின் குழந்தைக்கு நான் பால் கொடுப்பேனா? ஒரு மனைவியும் தாயாகத் துடிக்கும் பெண்ணுமாய்த் தன்னுள் உலா வரும் ஓர் ஏக்கம் நிறைந்த பெண்மையை ஏன் வினோத்தால் புரிந்துகொள்ள முடியவில்லை.

திடீரென்று முதுகில் ஓர் உருவம் இருளில் உராய்ந்தது. தன்னையும் மீறி வீலென்று கத்திவிட்டாள். ஒரு நாய் அனைவரையும் கடந்து தனது எஜமானியிடம் போய்க்கொண்டிருந்தது. அவள் கத்தியது யார் காதிலும் விழுந்திருக்க முடியாது. திரையிலிருந்து பெரும் சத்தம். விளக்குகள் எரிந்தன. இடைவேளை போலும்.

'முறுக்கேய்... கட்ல முட்டாய்...' செவ்வக வடிவ மரத்தட்டு களுடன் சிறுவர்கள் அங்கும் இங்கும் அலைந்தனர்.

சில ஆண்கள் தன் பெண்டிருக்குத் தின்பண்டங்களை சுவரின் மேல் பக்கமாக நீட்டினர். சில குழந்தைகள் சுவரின் ஒரு பக்கத்திலிருந்து மறுபக்கத்துக்கு இடம் மாறின.

ஒருத்தி கோபிகாவின் கையை இழுத்து அதில் நிறைந்து இருந்த தங்க வளையல்களைத் தடவிப் பார்த்தாள். ஓரளவு தலை குனிந்திருந்த அவளின் முகத்திரையை ஒரு பெண் தூக்கிப் பார்த்து, 'கோபிகா...' என்று கத்தினாள்.

ஆண்கள் எழுந்து பெண்கள் பகுதி என்று கூட யோசிக்காமல் அவளை நெருங்கினர். கோபிகா எழுந்து கொட்டகை வாசலை நோக்கி ஓடினாள். டார்ச்சுடன் இரண்டு பேர், நல்ல வெள்ளை வேட்டி வெள்ளை சட்டை அணிந்த ஒருவர் (அவர் மேனேஜராக இருக்கலாம்) அவளைச் சுற்றி கைகளால் வளையம் இட்டனர். அதையும் மீறி பலரும் அவளைத் தொடக்கூடாத இடங்களில் தொட்டுக் கிள்ள கோபிகாவின் கண்களில் கண்ணீர் நிரம்பியது.

'டிரைவர், டிரைவர்...' என்று கத்தினாள். அவளை அணைத்துப் பிடித்தபடி மூன்று ஆண்களும் தியேட்டரை விட்டு வெளியே வளையமாக நகர்ந்து வர நல்ல வேளை காரைக் கண்டு பிடித்தாள். 'டிரைவர்...' என்று கதறிக் கத்தியது கேட்டிருக்க வேண்டும். அவன் காரைக் கிளப்ப அவள் முன்பக்கம் அவன் அருகில் அமர்ந்தாள். காரின் முன்பக்கம் வந்து விழுந்தவர்களை தியேட்டர்காரர்கள் குச்சி வைத்து அடிக்க உரத்த ஹாரன் ஒலியுடன் கார் கிளம்பியது.

சினிமா ஷூட்டிங்கில்தான் கார் இத்தனை விரைவாகப் போவதை கோபிகா பார்த்திருக்கிறாள்.

அந்தச் சிற்றூரின் தெருக்களில் உள்ள மக்களை, ஆடு, கோழிகளை, குழந்தைகளை அலறிச் சிதறி ஓட வைத்து கார் விரைந்தது. துரத்தும் கூட்டம் நின்றது தெரிந்த பின்புதான் கார் கரடுமுரடான சாலையில் குலுங்கிக் குலுங்கிச் செல்லுவது உணர்வானது. சைக்கிள்களும் மாட்டு வண்டிகளும் சில காய்கறி மூட்டை ஏற்றிய மொபெட்டுகளுமே எதிர்ப்பட்டன. காரின் முகப்பு விளக்கு வெளிச்சத்தில் மாடுகளின் கண்கள் பச்சை வண்ணமாய்ப் பளபளத்தன.

டிரைவர் கொஞ்சம் பதறிவிட்டான். காரை விரட்டிக் கொண்டிருந்தான். ஒரு மேட்டின் மீது ஏறித் திரும்பும்போது நடுவழியில் ஒருவன் கிடப்பது தெரிந்தது. டிரைவர் காரை ஒடித்து இரண்டு மூன்று புதர்களின் மீது ஏறி இறங்கும்போது 'ர்ர்-ர்ரரல' என்ற கீச்சுச் சத்தத்தில் ஒரு மிருகத்தின் குரல் கேட்டது. டிரைவர் வண்டியை நிறுத்திவிட்டு ஓடினான்.

காரின் வெளிச்சத்தில் ஒரு மலை அடிவாரம் தெரிந்தது. அரையிருளில் ஒரு மலையும் அதில் ஏறி இறங்கும் சிறு வண்டிகளின் வெளிச்சமும் தெரிந்தது. இவ்வளவு நேரம் மலையைச் சுற்றி வந்திருக்க வேண்டும். டிரைவர் டார்ச் எடுத்துப் போனான். கோபிகா கீழே இறங்கினாள். அவன் டார்ச் விளக்கு அடித்த இடத்தில் ஒரே ரத்தம்.

'அந்த ஆளா?' என்று கோபிகா கத்தினாள்.

'இல்லை. இது ஒரு குரங்கு. காரின் சக்கரத்தில் மாட்டி இறந்து விட்டது' என்று அவள் டார்ச்சை நன்றாக சுற்றி அடித்துக் காட்டினாள்.

உடல் சிதறிய குரங்கின் தலை முழுதாக இருந்தது. தலையைத் தவிர வேறு பகுதி எதுவும் உருப்படியாக இல்லாது ரத்தக்குழம்பாய்த் தெரிந்தது. படுத்திருந்த அந்த மனிதன் இன்னமும் அப்படியே படுத்திருந்தான். குடித்திருக்க வேண்டும். அவன் ஒரு குச்சியும் ஒரு எவர்சில்வர் பாத்திரமும் வைத்திருந்தான் போலும். அவையும் உருண்டு கிடந்தன. அவன் குரங்காட்டியாக இருக்கக்கூடும்.

'நாம இங்கிருந்து கிளம்புவதுதான் நல்லது' என்றான் டிரைவர்.

‘பைத்தியக்காரா... பஜ்ரங்பலியை கொன்றுவிட்டாயே...’ என்று கதறி அழுதாள் கோபிகா. தன்னையும் மீறி சத்தமாக ஹனுமான் சாலிசா சொல்லியபடி மீண்டும் மீண்டும் குரங்கை அதன் சிதைந்த சடலத்தை விழுந்து வணங்கினாள். அவள் ஆடையெங்கும் ரத்தம் கறையாய்ப் படிந்தது.

கார் டிக்கியைத் திறக்கச் சொன்னாள். அதனுள் இருந்த தனது உடைகள் வைக்கும் பெட்டியைத் திறந்து ஒரு வெள்ளைப் பட்டுப் புடவையை எடுத்தாள்.

‘இதில் பஜ்ரங் பலியை சுற்றி எடு’ என்று கத்தி உத்தரவிட்டாள்.

அவன் அதைச் செய்து முடித்தபோது அவன் கையில் ரத்தக் கறை மேலிட்ட ஒரு வெள்ளைத் துணிமூட்டை இருந்தது.

‘டூல்ஸ் எடு’ என்று கத்தினாள். நாலைந்து கருவிகளை அவன் கையில் எடுத்துக் கொண்டான்.

அவன் டார்ச் அடித்து வழிகாட்ட அவனும் அவளும் அடிவாரம் தாண்டி மலைமீது ஒரு பத்து அடி ஏறினர்.

அவள் என்ன தேடுகிறாள் என்றே தெரியவில்லை. மலைமீது பாம்புகள் நடமாடக்கூடும் என்றான் அவன் தெரிந்த ஹிந்தியில்.

‘வாயை மூடு’ என்று அவள் இறைந்தாள். ஒரு பெரிய பாறை, நிமிர்ந்து பார்த்தால் ஐம்பதடி உயரமிருக்கும். அதன் அருகே வந்த உடன் பாறையின் கீழே மண்ணும் புதருமாயிருந்த இடத்தில் விளக்கை அடித்தாள்.

‘இங்கே தோண்டு.’

ஸ்க்ரூவை வைத்துக் குத்திக் குத்தி சில செடிகளை அகற்றுவதற்குள் அவன் சட்டை முழுவதும் நனைந்து விட்டிருந்தது வியர்வையில்.

அவனிடமிருந்து பிடுங்கி அவளும் தோண்டிய பிறகு அவன் தோண்டி அரை மணியில் சிறு குழி தயாரானது.

‘பயபக்தியுடன் உள்ளே அவரை வை’ என்றாள்.

‘ஸ்ரீ குரு சரண
சரோஜ ரஜ
நிஜமனு முகுரு சுதாரி’

நடுங்கும் குரலில் ஹனுமான் சாலிசா சொல்லத் தொடங்கினாள். முனிர்காவில் செவ்வாய் தோறும் 108 தடவை ஹனுமான் சாலிசா சொல்லுவாள். என்ன பாவம் இது. என்ன கொடுமை. என் வண்டியிலா ஹனுமனின் வடிவமான ஒரு குரங்கு சாகடிக்கப்பட வேண்டும்.

டிரைவரும் அவளைப் போலவே விழுந்து வணங்கினான். மௌனமாக இருவரும் காரை நெருங்கினர்.

அந்தக் குடிகாரன் அங்கேயே கிடந்தான். ஆள் நடமாட்டம் முழுவதுமாக நின்றிருந்தது.

இருளில் வேறு உடைக்கு மாறி டிரைவருடன் கிளம்பினாள். நாமக்கல்லில் ஹோட்டல் அறையை அடைந்த உடன் வினோத்தின் செல்நம்பருக்கு ஃபோன் செய்தாள்.

அவன் குரல் கேட்டதும் அடக்க முடியாமல் அழுதாள்.

7

நாகலிங்கமலை முருகன் கோயிலுக்கு சம்பந்தத்தின் அப்பா காலத்தில் புதுக் கோயில் என்றுதான் பெயர். மலைப் பாளையத்திலிருந்து அப்போது ஓர் ஒற்றையடிப்பாதை மட்டுமே இருந்தது. கொல்லிமலையில் இரு ஞானிகள் இருந்த மாதிரி இங்கே ஒரு சித்தர் இருந்தாராம். முருகன் சிலையை வைத்து ஒரு கர்ப்ப கிரஹம் அளவு கட்டுமானம் செய்யவே அவர் மிகவும் போராட வேண்டியிருந்தது. முருக பக்தர்கள் தரும் அன்னங் களையும் பஞ்சாமிருதத்தையும் சாப்பிடுவாராம். முனீஸ்வர பக்தர்கள் பலி கொடுத்த பிறகு ஆக்கித் தரும் அசைவ பதார்த்தங் களையும் உண்பாராம். இதனாலேயே முருகன் கோயிலுக்கு அய்யர் யாரும் ஆரம்பத்தில் பூஜை செய்ய வரவில்லை. பிறகு ஒருநாள் சித்தர் எங்கேயோ போய்விட்டார். அவருக்கென்று பக்தர்கள் கொண்டுவந்த ஒரு பழத்தைக்கூட அவர் தின்றார் என்பது கிடையாது. அவரைச் சுற்றி உரிமை கொண்டாடிக் கொண்டிருந்த குரங்குகள் தின்றதே மிச்சம்.

சம்பந்தமே அந்த சித்தரைப் பார்த்தது கிடையாது. இவை யெல்லாம் தன் அப்பாவிடமிருந்து அவர் கேள்விப்பட்டது. அவ்வளவே.

சம்பந்தம் வீட்டில் குலதெய்வம் திருப்பதி வெங்கடாசலபதி. நாகலிங்க மலை முருகன் இஷ்ட தெய்வம் என்றாகிறார்.

இங்கே சஷ்டி, கிருத்திகை என்று வந்தபோதெல்லாம் விடியற் காலையே அப்பா எழுப்பி விட்டுவிடுவார். ஒரு டம்ளர் பால் சாப்பிட்டுவிட்டுக் கிளம்பி ஒற்றையடிப்பாதையில் மலை ஏறி முருகனைக் கும்பிட்டு அன்னதானம் செய்து மதியம் ஆகிவிடும். அங்கே சற்றே கண்ணயர விடுவார். மாலை ஐந்து மணிக்குக் கிளம்பி ஆறுமணிக்குள் இறங்கிவிடுவார்கள்.

இப்போது செம்மண் சாலையே போட்டுவிட்டார்கள். முருகன் கோயில் டிரஸ்ட் ஒன்று அமைத்து அதில் மலைப்பாளையம், நாகலிங்கபுரம் இரண்டு ஊர் முக்கியஸ்தர்களும் பொறுப்பு வகிக்கிறார்கள்.

புத்தனாம்பட்டி கல்லூரியில் சம்பந்தத்துடன் படித்த விஸ்வநாதந்தான் நன்கொடை கேட்டு டிரஸ்ட் அச்சிட்டிருந்த விளம்பர நோட்டிஸை அனுப்பியிருந்தார்.

'சேலத்திலிருந்து காரில் போகலாம். சென்னையிலிருந்து சேலம் ஆறு மணிநேரந்தான்' என்று அவர் சொன்னதெல்லாம் அவருடைய குடும்பத்தாரிடம் எடுபடவில்லை. நவக்கிரஹ டூர் போய்விட்டு வந்ததிலிருந்தே குழந்தைகள் இனி எந்தக் கோயிலுக்கும் வரவில்லை என்று சொல்லிவிட்டார்கள்.

எப்படியிருந்தாலும் சேலத்திலிருந்து காரிலேயே போவது என்று முடிவு செய்தார் சம்பந்தம். மலைப்பாளையம் போன்ற சிற்றூருக்கு பஸ்பிடித்துப் போய் பிறகு விஸ்வனாதன் வீட்டைத் தேடி அவருடன் கோயிலுக்குப் புறப்படுவது என்பது சாமானிய மான விஷயமில்லை.

மலைப்பாளையம் மாறவே இல்லை. ஒருசில கடைகள் புதியதாக வந்தது தவிர மக்களின் எளிமை, உடைகள், பழைய கால வீட்டு அமைப்புகள் எதுவுமே மாறவில்லை. புதியதாக வீடு கட்டியவர்கள் கூட திண்ணை வைத்துதான் கட்டியிருந்தார்கள். விஸ்வனாதன் குடும்பத்தினரைப் பார்த்தபோது தனது குழந்தை கள் வந்திருந்தால் சற்று வித்தியாசமாகவே தென்பட்டிருக்கும் என்று சம்பந்தத்துக்குத் தோன்றியது. அவரது மகள் பெரும் பாலும் பேன்ட் ஷர்ட், எப்போதாவது சுடிதார் போடுவாள். தாவணி, பாவாடை அவளுக்குப் பிடிக்கவே பிடிக்காது.

வருடங்கள் நகர்வதில் சென்னை மட்டும்தான் மாறியிருக்கிறது. சென்னையிலும் வருமானம் கொஞ்சம் கூடுதலானவர்களுக்கு

மட்டும்தான் மாறி இருக்கிறது. மலைப்பாளையத்திலோ புத்தனாம்பட்டியிலோ துறையூரிலோ எல்லா தட்டு மக்களுக்குமே மாறவில்லை.

ஆனால் பண்பாடு அல்லது பாரம்பரியம் என்பது உடை மட்டும் தானா? வாழ்க்கை பற்றிய புரிதலும் அழகுணர்வும் கலைகளும் இவையாவும் கொச்சைப்பட்டுதானே போயிருக்கின்றன?

சம்பந்தமும் விஸ்வனாதனும் படிக்கும்போது சுதந்திரம் கிடைத்து இருபது இருபத்தைந்து வருடங்கள்தான் ஆகி இருந்தன. காந்தி நூற்றாண்டு விழா, சுதந்திர தின வெள்ளி விழா இவைகள் மிகவும் உணர்வுபூர்வமாகக் கொண்டாடப்பட்டன.

விஸ்வனாதன் என்னவோ பள்ளிப்படிப்பு, பட்டப்படிப்பு என்று முடிந்தபின் ஆசிரியர் வேலைக்கு அலைந்து ஊரோடேயே தங்கி விட்டான். இன்று முருகன் கோயில் டிரஸ்டில் அவனும் ஒரு முக்கியஸ்தன்.

நான் எதைத் துரத்திக்கொண்டு சென்னை போனேன்? இந்தக் கேள்வி விஸ்வனாதன் வீட்டில் நுழைந்ததிலிருந்து சுந்தரத்தைக் குடைந்து கொண்டிருந்தது.

ஒருவன் எதைத் துரத்த வேண்டும் என்பதை யார் நிர்ணயிக் கிறார்கள்? உறவா? ஏதேனும் ஒரு துறை மீது ஏற்பட்டுவிடும் தன்னார்ந்த காதலா? நாமாகத் தேர்ந்தெடுத்துக் கொள்ளும் முன்மாதிரிகள் எவருமா? எது?

அப்பாவால் மிரட்டப்பட்டே வளர்ந்த சிறுவன்தான் இன்று சென்னையில் நல்ல நிலையில் இருக்கிறான்.

வளர்ந்த கிராமப்புற மண்ணும் ஒவ்வொரு வயதின் ஒவ்வொரு தவிப்பின் போதும் நம்பிக்கைச் சின்னமாய் நின்ற அதே முருகன் தான் மலைமீது நிற்கிறான். நம்பிக்கையைக் குவிக்க மையமாய் நின்றான் முருகன். நம்பிக்கை சக்தி தருகிறது. நம்பிக்கை நெருப்பு ஆற்றைத் தாண்டி சாம்பலாகாது வெளிவரச் செய்கிறது.

கார் மலைப்பாளையம் தாண்டி மலைமீது ஏறும்போதே சம்பந்தத்தின் கண்கள் கலங்கின.

இப்போது அப்பாவும் இல்லை. அம்மாவும் இல்லை. அக்கா குழந்தைகளைத் துணைகொண்டு வெளிநாடு போய்விட்டாள்.

‘எவ்வளவு மாறிடுச்சி பாத்தியா மலை?’ என்றார் விஸ்வனாதன்.

‘ஊரு மாறலியேப்பா’ என்றார் சம்பந்தம்.

‘ஊரு நிறையவே மாறிருக்கு. இன்னும் நிறைய மாறப்போவுது.’

‘எந்த விதத்துலே?’

‘சொல்றேன்.’

கார் மலைமீது முடிவாக ஏறி நின்ற பிறகுதான் மூணுகல் பாலம் தவிர முருகன் கோயிலும் அதைச் சுற்றியுள்ள இடங்களும் மாறி இருப்பது புரிந்தது. முனீஸ்வரன் கோயில் மட்டும் விதிவிலக்கு. சிறிய நகர்ப்புறம்போல கடைகளும் மக்கள் கூட்டமும் தென் பட்டன. அருவிக்குப் போகும் வழி என்று ஒரு கைகாட்டி நடப் பட்டிருந்தது. கோயிலுக்கு வருபவர்கள் அருவியில் குளித்து வர விரும்பினர். அது ஓர் ஐதீகமும் உல்லாசமும் கலந்த ஒன்றாகி விட்டது என்றார் விஸ்வனாதன்.

கோயிலுக்கு வரும் பாதை மேம்பாட்டுக்காக மற்றும் கோயில் கோபுரப் பணிக்காக

சஷ்டி, கிருத்திகை, பூசம் அன்று	பிற நாட்களில்
அர்ச்சனை தீபாராதனை - ரூ. 25	ரூ. 5 ’

என்று ஓர் அறிவிப்புப் பலகை எழுதப்பட்டிருந்தது.

விஸ்வனாதனைப் பார்த்ததும் குருக்கள் கும்பலுக்கு நடுவேயும் கையசைத்துக் காத்திருக்கும்படி குறிப்பு உணர்த்தினார்.

முப்பது வருடம் முன்பு குருக்களை யாரேனும் அழைத்துச் சென்றால்தான் உண்டு. இப்போது இரண்டு மூன்று அர்ச்சகர்கள் தென்பட்டனர். வள்ளி, தெய்வானை, முருகன் மூவருக்குமே நன்கு அலங்காரம் செய்யப்பட்டிருந்தது.

கர்ப்பகிரஹம், வெளியே ஒரு சதுர அறை. அதைத் தாண்டி பெரிய சிமென்ட் மேடை.

மக்கள் சிமென்ட் மேடையுடனேயே நிறுத்தப்பட்டனர். கர்ப்ப கிரஹத்துக்கும் சிமென்ட் மேடைக்கும் இடைப்பட்ட அறையில் நுழைய ஒரு தனி வழி ஏற்படுத்தப்பட்டு இருந்தது.

அதன் வழியாக சம்பந்தமும் விஸ்வனாதன் குடும்பத்தினரும் உள்ளே நுழைந்தனர். முருகன் முகம் மகிழ்ச்சியும் அருளும் நிறைந்திருந்தது.

அப்பாவுக்கும் இதுவே நம்பிக்கை தந்திருக்கும். அம்மாவின் மௌனங்களுக்கான காரணங்கள் தொடர்பான பிரார்த்தனைகள் இங்கே முன் வைக்கப்பட்டிருக்கும்.

குடும்பப் பாரம்பரியத்தின் நீட்டிக் காக்கும் புனிதச் சரடாக முருகன் திருஉருவம் விளங்குகிறது. மூதாதையர் பற்றுக் கோடு. சந்ததிகளின் ஆன்மிகச் சொத்து. தன்னையும் அறியாமல் கந்தர் சஷ்டிக் கவசத்தை ஜெபித்தார் சம்பந்தம்.

பூஜை முடிந்ததும் அர்ச்சகர் தமது சிஷ்யனுடன் இவர்களை அனுப்பி வைத்தார். அந்தப் பையன் அவர்களை மலைச் சரிவில் சற்று தூரம் அழைத்துச் சென்றான். அங்கே ஓரளவு சமபாங்காயிருந்த இடத்தில் நான்கு ஐந்து அட்டைப் பெட்டி போன்ற வீடுகள் கட்டப்பட்டிருந்தன. ஓர் அறையும் சமையலறையும் குளியலறையும் கொண்டதாயிருந்த அந்த வீட்டில் குடும்பத் தலைவியோ பிற யாரும் தென்படவில்லை.

தேங்காய் மூடிகள், அரிசி இவை தட்டுகளில் குவியலாகத் தென்பட்டன. இவர்கள் நுழைந்ததும் ஓரிரு எலிகள் ஓடின. ஒரு தட்டில் வாழைப்பழங்கள் கறுத்துக் கிடந்தன.

மின்விசிறியைச் சுழலவிட்டு அனைவருக்கும் எவர்சில்வர் தூக்குகளிலிருந்து புளியோதரையும் சர்க்கரைப்பொங்கலும் பரிமாறினான் சிறுவன்.

மலையிலிருந்து வண்டி கீழே இறங்கும்போது, ‘அர்ச்சகருக்கு சம்பளம் எவ்வளவு?’ என்றார் சம்பந்தம்.

‘சம்பளமா? தட்டிலே விழறதுலே பாதி டிரஸ்டுக்கு. மீதி அவங்களுக்கு. தங்கற இடம் சாப்பாடு இலவசம். இதுலேயே நல்ல வருமானம் வருது. தலைமை அர்ச்சகர் மலைப்பாளையத்துலே இரண்டு வேன் வாங்கி வாடகைக்கு விட்டிருக்காரு.’

அடிவாரத்தில் நான்கைந்து இளைஞர்கள் வண்டியை நிறுத்தினார்கள். ஒரு நோட்டிஸ் வண்டிக்குள் வீசப்பட்டது.

‘எச்சரிக்கை!

முனீஸ்வரன் வழிபாட்டில் தலையிடாதே!

முனீஸ்வர பக்தர்களுக்கும் கட்டணம் உண்டு என்று சட்டம் பேசும் பஞ்சாயத்துப் பெரிய புள்ளிகளே! மலை ஜாதி மக்களைச்

சுரண்டி அவர்கள் பலியாகி வாழ்ந்து கொண்டிருக்கிறீர்களே! இது குற்றமில்லையா! இனியும் முனீஸ்வரன் கோயில் வழிபாட்டில் தலையிட்டால் விளைவுகள் விபரீதமாகும்.

- மானமுணர்ந்த மலைஜாதி மக்கள் முன்னணி'

என்று எழுதியிருந்தது.

8

கணேசன் பூஜை நடப்பது எந்த ஸ்டுடியோ எத்தனையாவது ஃப்ளோர் என்பதை மட்டும்தான் குறித்து வைத்திருந்தான். ஓர் ஆர்ட் டைரக்டரின் கடமை பூஜையில் தலையைக் காட்டுவது மட்டும்தான். 'அண்ணே அண்ணே' என்று சுற்றிக்கொள்ளும் காக்காய்க் கூட்டமோ பத்திரிகையாளரின் கழுகுக் கண்களோ ஆர்ட் டைரக்டரைத் தேடப் போவதில்லை.

அதுவும் 'வினோத்' டைரக்டராக இருந்தால் சிலசமயம் ஹீரோவே டம்மிதான். கணேசனைப் பொருத்த அளவில் வினோத்தையும் சேர்ந்து சினிமா என்பது விஷுவல் மீடியம் என்று தெரிந்தவர்கள் கிட்டத்தட்ட யாருமே இல்லை. கதாபாத்திர அமைப்போ நுட்பமாக ஒன்றைச் சொல்லும் கலை உணர்வோ இவர்களில் யாருக்குமே கிடையாது. தங்கர் பச்சான் ஆயிரத்தில் ஒருவர். இந்த தங்கர் பச்சான், ஞானராஜ சேகரன்களின் எண்ணிக்கை இரண்டு அல்லது மூன்று. மீதி 997 பேரும் அரைத்த மாவையே அரைத்து மிகைக்கு மேலே மிகையாக காட்சியமைத்து, விரசத்தையும் கேணத்தனமான நகைச்சுவையையும் கலந்து கட்டி இவனுகளுடன் தன் பெயர் இணைக்கப்பட்டு அரசு விருது வேறு.

அய்யர் தீபாராதனைக்கு மணி அடிப்பது கணேசன் நின்று கொண்டிருந்த பால்கனி வரை கேட்டது.

எல்லா கடவுள் பெயரிலும் ஒயின்ஷாப் ஆரம்பித்ததுபோல எல்லா குப்பைப் படத்துக்கும் ஒரு பூஜை. அதற்கு ராசியான ஜோஸியர். அய்யர்... இன்னும் சிறிது நேரத்தில் வந்திருக்கும் பட்டாளம் முழுவதையும் வீடியோ எடுப்பான்கள்.

இவன்களைப் பொருத்த அளவில் கடவுள் ஒரு நடிகன். இவர்கள் ஊரைச் சுரண்டும்போது அடுத்தவன் சொத்துக்கு ஆசைப்படும் போது கடவுள் குருடனாய் நடிக்க வேண்டும். இவன்களுக்கு நஷ்டம் வந்தால் கடவுள் கருணைப் பெட்டகமாய் மாறித் திறந்து கொட்ட வேண்டும். 'எனக்கு நீ இது செய்தால் நான் உனக்கு இன்ன செய்கிறேன்' என்று பேரம் பேசி வேண்டிக் கொள்ளும் போது வியாபாரி ஆகி வரம்தர வேண்டும். இவன்கள் தாழ்ந்த ஜாதிக்காரர்களை இழிவு செய்தால் குல தெய்வம் என்கிற கட்டுப்பாட்டில் இவர்களுக்கு கட்டுப்பட்ட கொத்தடிமையாய் பல்லக்கில் இவர்கள் தெருக்களுக்கு மட்டும் வந்து போக வேண்டும்.

ஆனால், குமாருக்கு இத்தகைய சிந்தனைகள் ஏற்புடையது கிடையாது. ஒரு சின்னம் அல்லது உருவம் அல்லது கட்டடம் சக்திக் குவிப்புக்கு சக்திப் பரிமாற்றத்துக்கு சக்தி பரிணமித்து விகசிப்பதற்குத் தேவை என்பான்.

கட்சிக்கொடி, தலைவர் சிலை, கடவுள் வடிவம், பள்ளிக்கூடக் கட்டடம், கோயில், வீடு, நகர வடிவமைப்பு இவை யாவுமே சக்தி மையங்கள் அல்லது பெட்டகங்கள் என்பான்.

இதை சரியாகப் புரிந்துகொண்டவன் அரசியல்வாதியும் பெரிய நிறுவன முதலைகளும்தான். அரசியல்வாதி தனது குழப்பமான கொள்கைகளை மறைத்து ஒரு கோஷத்தை, ஒரு வாக்குறுதியை, ஒரு கொடி அல்லது சின்னத்தின் மீது ஏற்றி மக்கள் மனதில் பதிய வைத்துவிடுகிறான். அது மக்களின் நம்பிக்கை குவிப்புக்கான மையமாக ஆகிவிடுகிறது. சில சமயம் பயமுறுத்தும் சில சமயம் நம்பிக்கையூட்டும். விக்ரகங்களாய்.

பேஸ்ட், டிவி, கார் எது விற்பவனும் தன் பொருளின் பெயரும் வடிவமும் வண்ணமும் வாங்குபவன் மனதில் பதிய செயற்கைக் கோள் துணையுடன் டிவி வழியே மூளைச் சலவை செய்கிறான். விளம்பரம் 'பிராண்டை' விக்கிரகமாய் வாங்குபவன் மனதில் பதிய வைக்கிறது.

குமார் தன் அடையாளங்களுள் தான் விஸ்வகர்மா என்பதில் பெருமையுடையவன். வாஸ்துப்படி அமைந்த ஒருவனின் வாழ்விடம், அவன் வணங்கும் தெய்வத்தின் உருவம், அந்த தெய்வம் உறையும் வழிபாட்டுத்தலம் இவை சக்தி மையங்களாய் மட்டுமின்றி அவனது செயற் களத்தின் விரிவை நிர்ணயிக்கிறது என்று நம்புபவன். இருப்பிடமும் வழிபடும் இடமும் சிந்தனையை நெறிப்படுத்தி அவன் வாழ்விற்கு திசைகாட்டுபவை என உறுதியாய் நம்புகிறவன்.

கணேசன் ஒரு தனி மனிதனின் கனவுகளே அவனுக்கு சக்தி ஊற்றுக்கள், அவன் சொல்லும் திசையையும் அவன் முன்னேறும் வசதியையும் நிர்ணயிப்பவை அவைகளே என காட்டமாக வாதிடுவான்.

காரல் மார்க்ஸ், காந்தி, அம்பேத்கர் என்னும் மனித குலத்தின் மனசாட்சியை அசைத்த ஆளுமைகளை பின்னின்று இயக்கியவை அவர்தம் கனவுகள். புதியதோர் உலகம் செய்யும் கனவுகளே வரலாற்றை எழுதின எனக் கூறி பிற யாவும் ஏமாற்று வேலை என வாதிடுவான்.

கனவுக்குப் பற்றிக்கொள்ளும் விறகும் எரிக்கும் அக்னி என்னும் சக்தியும் தேவையில்லை.

கனவுகள் சாத்தியங்களை நோக்கி, சக்திப் பெருக்கெடுத்த பிடிவாதக்காரர்களை, தளர்ந்த - தனது நல்லியல்புகளைத் தூக்கி நிறுத்திக்கொள்ள முடியாத - கையாலாகாதவர்களை, பிறரால் வார்க்கப்பட்டு வார்க்கப்பட்டு தனது அடையாளம் அழிந்து யாரையும் கனிவுடன் நகர்த்துகின்றன. கனவுகளின் சொந்தக்காரன் நதிமூலம்போல எங்கோ இருக்கிறான். அவன் கட்புலத்துக்கு அப்பாற்பட்ட நல்லுலகம் கூட பிறரின் பரிவோடு வளர்க்கப் பட்ட கனவுகளுக்கு சாத்தியமாகின்றன.

‘ஸார், டைரக்டர் ஸார் உங்களை கூப்பிடறாங்க...’ என்று ஓடி வந்தான் ஒரு லைட் பாய்.

இன்று மாலை குமாரைத் தனியாக சந்திக்கலாம் என்று அவனிடம் சொல்ல வேண்டும்.

வீடியோவுக்கு வரிசையாய் நிற்கும் வைபவம் முடிந்ததும் மதிய உணவின்போது பேசலாம் என்றான் வினோத்.

அது சாத்தியமில்லை என்பது குமாருக்கு நன்றாகவே தெரியும். அவன் மெதுவாகச் கழற்றிக் கொண்டு அழகிய வடிவு வீட்டுக்குக் கிளம்பப் போனான்.

வடிவின் அப்பா அம்மா கணேசனைத் தவிர சினிமாக்காரர்கள் யாரையும் வீட்டுக்குள் விடுவதே இல்லை. இத்தனைக்கும் வடிவின் கணவன் ஓர் உதவி டைரக்டர்தான். அந்தக் குடும்பத்தில் கணேசனுக்கு இருக்கும் மரியாதை வினோத்துக்கே கிடையாது.

வடிவு எல்லோருடனும் சேர்ந்து நடனமாடும் 'எக்ஸ்ட்ரா' பணியைத் திருமணத்துடன் நிறுத்தினாள். அவளுக்கு கணேசனின் திறமை, கலையுணர்வு பற்றிய பிரமிப்பும் பக்தியுமே இருந்தன.

'அண்ணே... வாங்க' என்று அன்புடன் வரவேற்றாள் சினிமாவில் வெளிப்படையாயும் மறைமுகமாயும் நடக்கும் விசித்திர - விபரீத - அன்னியோன்னியன்களால் கணேசன் அண்ணன் என்று அவள் அழுத்த வேண்டி இருக்கிறது.

'சாப்பிட உட்காருங்க' என்று மேசை மீது தட்டை வைத்தாள்.

'குழந்தை ஸ்கூலிலிருந்து வரலியா?' கணேசன் கேட்டு வைத்தான்.

'வர நேரந்தான் அண்ணே, பூஜை எப்படி இருந்துச்சு?'

கணேசன் மௌனமாயிருந்தான்.

'கோபிகா வரலே போல...'

எனக்கென்ன என்பதுபோல் கணேசன் பார்த்தான். இன்னும் கொஞ்சம் சாம்பார் போட்டு உபசரித்தாள்.

'உனக்கு குமாரை தெரியுமில்லே?'

'தெரியும். மூகாம்பிகை கோயில் செட் போடறதுக்கு உங்களோட உதவியா இருந்தாரே... அவரு விஸ்வகர்மா இல்ல...'

'ஆமாம்... பிரபஞ்சத்தோட இசைஞ்ச வாழ்வை கட்டட சிற்ப வடிவமைப்புல கொண்டு வரலாம்ங்கறதுல ரொம்ப அழுத்தமான நம்பிக்கை இருக்கற ஆளு...'

'மறுபடியும் எதாவது செட் போடப் போறாரா?'

'இல்லே... நிஜமா ஒரு சிலை... விக்கிரகம் பண்ணப்போறாரு.'

‘ஒரு ஹிந்திப் படத்துக்கு சிவனோட விக்கிரகம் செய்ய உங்களுக்கு உதவியெல்லாம் செஞ்சாரே...’

வடிவுக்கும் தனக்கும் உள்ள நட்புமே மிகவும் விசித்திரமானது என்றுதான் கணேசனுக்குத் தோன்றியது. காரைக்குடியில் உள்ள கோப்புடையம்மனுக்குக் குழந்தைக்காக வேண்டிக்கொண்டு வீட்டில் ஒரு மாடத்தில் இரண்டு அகல் விளக்குகளை மண்ணை வைத்துப் பூசி வைத்திருந்தாள். குழந்தை பிறந்தபிறகு அதைக் கோயிலில் ஏற்றினாள்.

வடிவு செய்தால் எளிய ஈடுபாடுடைய சக்தியாகத் தோன்றுகிறது. இதையே சினிமாக்காரன் செய்தால் ஏனோ வெறுப்பு ஏற்படுகிறது.

எல்லோருமே அல்ப ஆத்மாக்கள்தான். மகாத்மாவின் சாயலைத்தான் நாம் எல்லோரிடமும் தேடுகிறோம்.

நான் ஏன் கலைப்படங்களுக்கு மட்டும்தான் ஆர்ட் டைரக்டராகி யிருப்பேன் என்று சொல்லக்கூடாது?

பிறத்தியான் மச்சு வீடு கட்டினால் நான் ஒரு குடிசையாவது கட்டத்தான் வேண்டி இருக்கிறது. அவன் பட்டு வேட்டி கட்டினால் நான் ஒரு நூல் வேட்டியை வெள்ளையாய்க் கட்டிக் கொண்டு திரியத்தான் வேண்டியிருக்கிறது.

அன்று மாலை வினோத்தோடு பாடல் ஆசிரியரும் அமர்ந்திருந்தார். அய்யர் என்று அன்புடன் அழைக்கப்படுபவர். ‘ஏறு ஏறு ஏறு’ பாட்டுக்குப் பிறகு மார்க்கெட்டில் அவருக்கு ஏறு முகமாகவே இருந்தது.

‘குமார் வரலியா?’

‘இல்லை வினோத். அவருக்கு ஒரு கோயில் முடியற ஸ்டேஜ்ல இருக்கு.’

‘நம்ம அனுமார் விக்கிரகம் என்ன ஸ்டேஜ்ல இருக்கு? கோபிகா துளைச்சு எடுக்கறாப்பா...’

ஒருமுறை கோபிகாவும் வினோத்தும் விக்கிரகம் வர வேண்டிய இடத்திலுள்ள ஆறு ஆளு உயரமுள்ள கல்லைக் காட்டினார்கள் அவ்வளவுதான். பிறகு ஏதேதோ பட வேலைகளில் பிஸி ஆகிவிட்டு இப்போதுதான் வினோத் இதைப்பற்றிக் கேட்கிறான்.

‘குமார் பிஸி ஆயிட்டதால நான் மட்டும் அந்த இடத்துக்கு போனேன். ஷூட்டிங்குக்காக செட் போடறோம்னு எல்லோரும் நினைக்கறாங்க. சாரம் கட்டி வேலை நடந்துக்கிட்டு இருக்கு. முதல்ல தோரண வாயில் மாதிரி வரக்கூடிய அளவு கல்லோட வெளிப்பட்டத்தை சமன் பண்ணி உடைக்கறாங்க... உள்ளே குமார் ஹனுமாரோட ஸ்கெட்ச்சு போட்டுக் கொடுப்பாரு.’

‘இந்த தோரண வாயிலுக்கு ஸ்கெட்ச்சு?’

‘அதை சிவில் என்ஜினீயரே போட்டுக்கறேன்னுட்டாரு...’

‘இன்னும் ஆறு மாசத்துக்குள்ளே போட்டுக்கறேன்னுட்டாரு.’

‘இன்னும் ஆறு மாசத்துக்குள்ளே முடிஞ்சிடுமா? ஏற்கெனவே ஒரு ஆறுமாசம் ஆயிடுச்சு கணேசன்.’

‘முடிஞ்சுடும். ஆனா அந்த ஏரியாவிலே ஒரு கோயில் வர்றது காலப்போக்கிலே வசதியா இல்லாம போகலாம்...’

‘ஏன்?’

‘மலைப்பாளையத்துலருந்து மேலே இருக்கற முருகன் கோயிலுக்கு தார் ரோடு மலை மேலே போட்டுகிட்டு இருக்காங்க. மலைக்கி மேலே மூணுகல் பாலம்ங்கற கல்லுப் பாலத்துக்கு பதிலா கான்கிரீட் பாலம் கட்டற வேலையும் நடக்குது. இதுனால நூத்துக்கணக்குல கட்டடத் தொழிலாளிங்க இங்கே வந்து குடிசை போட்டிருக்காங்க...’

‘அதனால என்ன?’

‘நாம சிலையாக்கிக்கிட்டு இருக்கற கல்லு மலைப்பாளையத்தி லிருந்து விலகி கிட்டத்தட்ட ஒரு கிலோமீட்டர் தள்ளி இருக்கு... வரகுடிங்கற பஞ்சாயத்துலே அது வருது. கோயில் முடியும் போது கீழே இருந்து ஒரு நூறு மீட்டர் உயரத்திலே வரப்போவுது. கோயிலை நெருங்கவே வழியில்லாம 500 குடிசை போட்டிருக்காங்க. இப்போதைக்கி அதே கட்டடக் கூலிக்காரங்க இப்போ இந்தக் கல்லை உடைச்சி சரி பண்ணிகிட்டு இருக்கறதால பிரச்சனையில்லே. பின்னாடி பொது ஜனங்க வந்து போக வசதியான இடம் இல்ல இது.’

‘ஹனுமான் எல்லாத்தையும் பார்த்துப்பார்’ என்று பாடலாசிரியர் இடைமறித்தார்.

‘சிவில் என்ஜினீயர் தோரணவாயில் முடிஞ்சதும் ஃபோன் பண்ணுவாரு. பிறகு ஒரு நாள் குமார் விக்கிரகத்துக்கு அவுட்டர் ஸ்கெட்ச்சு போட்டுக் கொடுப்பாரு. அது ஒரு ‘ஷேப்’புக்கு வந்ததும் ‘ஃபினிஷிங்கூ பண்ணிக் கொடுப்பாரு.’

‘நான் ஓர் ஏழை பிராமணப் பையனை பூஜை நடத்த ஏற்பாடு பண்ணி இருக்கேன். அவன் குடும்பத்தோட அங்கே போய் செட்டிலாகி பூஜை பண்ண சம்மதிச்சிருக்கான்’ என்றார் பாடல்.

‘அனுமாரோட படம் இருக்கா கணேசன்? கோபிகா பார்த்தா சந்தோஷப்படுவார்’ என்றான் வினோத்.

கணேசன் இதை எதிர்பார்த்தே படத்தைக் கொண்டு வந்திருந்தான். வலது கை ஓங்கி தலைக்குமேல் மடிந்திருந்தது. விரல்கள் நீட்டியபடி தனது இடது பக்கத்தைப் பார்த்தபடி பக்கவாட்டுத் தோற்றம், வலதுகால் நேராகவும் இடதுகால் முகத்தைப் போலவே இடதுபக்க நேர்கோட்டில் . இடது கையில் கதை. வால் வலது கைக்கு மேல் வளைந்து தலைக்கு மேல் நீட்டியபடி இருந்தது.

'சுக்லாம் பரதரம் விஷ்ணும் சசிவர்ணம் சதுர்புஜம்
ப்ரஸந் நவதனம் த்யாயோத் ஸர்வவிக்னோப சாந்தயே.
குரூர் பிரம்மா குரு விஷ்ணு குரு தேவோ மஹேஸ்வர
குருஸ்ஸாக்ஷாத் பரப்ரம்ஹ தஸ்மை ஸ்ரீகுரவே நம
ஓம் ஸ்ரீமத் விராட் விஸ்வகர்ம பரபிரம்ம நமஹ
பரப்பிரம்மனே பரம்மத்மா பரபிரம்ம நமஹ
ஓம் ஸ்ரீமத் வேதமாதா காயத்திரி விஸ்வகர்மா பரபிரம்ம நமஹ
ஓம் ஸ்ரீமத் விராட் ருத்திர மூர்த்தி விஸ்வகர்மா பரபிரம்ம
பரப்பிரம்மனே பரம்மத்மா பரபிரம்ம நமஹ'

காலையில் சந்தியாவந்தனம் செய்து வெறும் பாலை மட்டும் சாப்பிட்டுவிட்டு மலைப்பக்கம் வந்தான் குமார். உளிகளை, சுத்தியலை, பெயின்ட், பிரஷ், சாக்பீஸ், அளவு டேப் அனைத்தையும் வைத்து சுலோகம் சொல்லி மானசீகமாக விஸ்வகர்மாவை வணங்கினான்.

விக்கிரகம் ஆகப்போகும் கல் கிழக்கு பார்த்து இருந்தது. சாரம் கட்டி இருந்ததால் வெய்யில் மேலே விழவில்லை.

இவனுடைய காரை சுற்றியுள்ள குப்பங்களைத் தாண்டி ஒரு மரத்தடியில் நிறுத்தி டிரைவர் பாதுகாவலாக காரிலேயே தங்கிவிட்டார். கிழிந்த, ஒட்டுப்போட்ட, பழைய பாவாடை, சட்டை, புடவையைப் பாதியாய் கிழித்த தாவணி, அரை டிரவுசர் மட்டும் என விதவிதமான வயதில் வறுமையைப் பொதுவாக

அணிந்த சிறுவர் சிறுமியர் அவனைச் சூழ்ந்து கொண்டனர். ‘சினிமா எடுக்கறவுங்களா?’

‘நான் சிலை செய்றவன். சினிமாக்காரங்க பிறகு வருவாங்க.’

‘யாரு நடிகரா?’ என்றது ஒரு பெண் குழந்தை.

‘தெரியலியே பாப்பா.’

‘சாமி, நாங்க இங்கே பூக்கட்டறவுங்க, கட்டடவேலை செய்யறவுங்க, வீட்டு வேலை, வயலில கூலி வேலை, தச்சன், கொல்லன், செருப்பு தெக்கறவுங்கனு எல்லாருமே ஏழைங்க. பெரும்பாலும் தாழ்ந்த சாதிக்காரங்க. எங்கள காலி செய்ய வச்சுட மாட்டிங்களே?’

‘அதெல்லாம் ஒண்ணும் இல்ல பெரியவரே. இந்தக் கல்லு அமைப்பா இருக்கு. சினிமாக்காரங்க வந்து போயிடுவாங்க. உங்களுக்கு சிரமம் இருக்காது.’

கோபிகா குரங்கின் சடலத்தைப் புதைக்கும்போது இவர்கள் குடிவரவில்லை போலும். நிறைய இடத்தில் தென்னங் கூரை புதிதாகதான் தென்பட்டது. மண்ணால் பூசி எழுப்பிய சிறிய குடிசை வீடுகள்.

‘கலைஞன் உணர்ச்சிவசப்படக்கூடாது’ என்று அடிக்கடி சொல்லுவார் ஸ்தபதி. கலைஞர் உணர்ச்சி நெறிப்படுத்தப்பட்டு படைப்பாகப் பரிணமித்து மிளிர வேண்டும்.

ஆனால் குமாருக்கு என்னவோ அது சாத்தியப்படுவதே இல்லை. காந்தியடிகளின் சிலையை வடிக்கும்போது கண்ணீர் பெருகுகிறது. அம்பேத்கர் சிலையை ஆரம்பிக்கும்போதே அங்குலம்கூட தன்னை அசைத்துக் கொள்ளாத மேல்ஜாதி வெறியர்கள் மீது ஆத்திரம் பொங்குகிறது.

ஐந்தறிவு கொண்ட இனத்திலிருந்தாலும் அனுமானிடம் எவ்வளவு நிச்சயமான அசைக்க முடியாத பக்தி.

தனது அறிவின்மீதும் சமுதாயத்தால் தனக்குக் கிடைத்த அங்கீகாரத்தாலும் அகந்தை கொள்ளக்கூடாது என்றுதான் பிராமணனை உஞ்சவிருத்தி செய்து வாழச் சொன்னார்களாம். அனுமனின் பராக்ரமம் என்ன? அவனுக்கு எந்தக் கட்டாயமும் இல்லை, ஆனால் பரிபூரண இறை நம்பிக்கை.

நம்பிக்கையைக் குவிக்கும் சின்னம்தானே இறைவன். வைரம் சிறிய உருவிலிருந்து ஒளியைப் பெருக்குவதுபோல உருவம் நம்பிக்கையுடன் வழிபடுபவனின் சக்திப் பெட்டகமாய் சக்தி

மூலமாய் அவனை வாழ வைக்கிறது. நம்பிக்கை வலுப்படவும் பரிபூரணம் அடையவும் அவன் அருளே வேண்டும். காலங்காலமாக சிற்பிகளுக்கு விஸ்வகர்மா விக்கிரகமாகவும் மானசீகமாகவும் அருள் தந்து கலையைச் சிறப்பிக்கிறாரே!

உழவனுக்கு மண்ணும் எழுத்தாளனுக்கு எழுதுகோலும் சிற்பிக்குக் கல்லும் மீனவனுக்குக் கடலும் ஏன் ஜடங்களாகவோ ஜலமாகவோ தோன்றுவதில்லை? வாழ்வின் மையமும் வாழ்வின் சூட்சமமும் உயிர்ப்பூட்டும் - தன்னை விரித்து தன்னை, உலகை பிரபஞ்சத்தை அடையாளம் காணும் - சிருஷ்டித் தொழிலும் தபசுதான். தொழுகைதான். இறைமை என்னும் அனுபவம் தன்னைத் தாண்டித் தன் அடையாளம் தேடி தன்னை அரூபமாக ஆளுமவனை - ஆளும் கலையைத் தொழுபவனுக்கு மட்டும் அந்தரங்கமாகிறது.

இந்த வெய்யிலிலும் சாரத்தைத் தாண்டி நிழலும் அதன் விளைவாய் வெளிச்சம் குறைந்தும் இருந்தன. குமார் டார்ச் அடித்துப் பார்த்தான். ஒரு வில்லைப் போன்று மேல் வடிவம். நடுவே ராமர் பட்டாபிஷேக சிறு அளவு சிற்பம் வரப்போகிறது. இரு பக்கமும் பூமாலைகள் தொங்குவது போன்ற வேலைப்பாடுடன் தூண்கள் செதுக்கப்பட்டிருந்தன. கல்லை முடிந்த அளவு சமப்படுத்தி உடைத்த அடையாளம் தெரிந்தது. மின்சாரத்தில் சுழலும் கல் சக்கரங்கள் வழவழப்புக் கொடுத்து கோயிலுக்கு உண்டான தூண் வடிவம் கொடுத்துவிடும். உள்ளேதான் சொன்னபடி 36 அடி உயரமுள்ள கல் சுவர் இருக்கிறது. இது அனுமார் ஆகிவிடும்.

ஓவியத்துக்கும் சிற்பத்துக்கும் உள்ள முதல் வேறுபாடு பரிமாணம். ஓவியத்தில் மூன்றாவது பரிமாணம் கிடையாது. மூன்றாவது பரிமாணத்தை சிற்பி பயன்படுத்திக்கொண்டு அசலைப்போன்ற நகலைக் கொண்டு வரவேண்டும். நாட்டியத்தில் வரும் முத்திரைபோல ஓர் உணர்ச்சியை சிற்பத்தின் முகபாவத்தில் துல்லியமாகக் கொண்டுவர வேண்டும்.

ஆரம்பத்தில் ஸ்தபதி பத்மா சுப்ரமணியம், சித்ரா விஸ்வேஸ்வரன், சுதாராணி ரகுபதி, தனஞ்சயன் இவர்களின் நாட்டியங்களைப் பார்க்கச் சொன்னார்.

நடன முத்திரைகள், நாட்டியத்தில் உணர்ச்சியைக் குவித்தும் மாற்றியும் காட்டும் நாடகம் இவை கல்லில் வரவேண்டும். அசல் அசல்தான். நகல் நகல்தான். அசலைப்பற்றிய பிரமிப்பை நகல் சுமக்க வேண்டும். இல்லையேல் நகல் நகல் அன்று.

ஆட்கள் வேலைக்கு வரும்போது உதவவும் யாரேனும் என்ன நடக்கிறது என்று கேட்டால் பதில் சொல்லவும் வேலை நடக்கும் போது ஜெனரேட்டர் போட்டு விளக்கு வெளிச்சம் செய்யவும் சண்முகம் என்று ஓர் எலக்ட்ரிஷியன் வருவான். சரியாகக் காலை பத்து மணிக்கு வந்து உதவியாக இருந்தான் என்று குமாரின் கீழே வேலை கற்றுக் கொள்பவர்கள் சொல்லியிருந்தனர். பத்தடிக்க இன்னும் அரைமணி நேரம் இருந்தது.

மறைவிலிருந்து குமார் வெளியே வந்தான். சாரம் விக்கிரகத்தி லிருந்து ஐந்து அடி வரை இருந்தது. வழிபாட்டுக்கு வருபவர்கள் நிற்க, சுமார் 20 முதல் 25 அடி வரை கிடைக்கலாம். சமன் செய்த இடம் மொத்தமும் காலியாய் இருக்க, நடுவில் மட்டும் சிமெண்ட் பூச்சு. அதன் மீது துளசித் தொட்டியில் வளர்ந்து கொண்டிருந்தது. குமாருக்கும் , இயக்குனர் வினோத்துக்கும் மட்டுமே அது என்ன என்று தெரியும். குரங்கின் சடலத்தைப் புதைத்த இடம் அது. அதன் மீது யாரின் காலடியும் ஒருக்காலும் படுவதை அவள் விரும்பவே இல்லை.

அடிவாரத்திலிருந்து ஒரு பத்துப் பதினைந்து அடி உயரத்திலேயே அனுமன் விக்கிரகம் அமையும் பாறை வந்துவிடுகிறது. மலை, பாறை மிகுந்ததாக செங்குத்தாக அன்றி பரவலாகச் சரிந்திருந்தது. பாறைகள் தாண்டி சமமான தரையின் இடைவெளி உள்ள சந்துக்களை மட்டும் விட்டு வைத்து தென்னை ஓலை வேயப் பட்ட குடிசைகள்.

சில நான்கு அடி மண்சுவர் மீது கூரைகள். சிலவற்றில் மேலும் கீழும் கூரைகளே. குடிசைகள் வாயிலில் நீளத் திண்ணைகள் இருந்தன அல்லது கயிற்றுக் கட்டில் ஒன்று இருந்தது. இட இருப்பை ஒத்து குடிசையின் முன்பக்கமோ பின்பக்கமோ பெரிய சிமென்ட் தொட்டிகள் அல்லது பெரிய சைஸ் மண்ணெண்ணெய் டிரம்கள் தண்ணீர் நிரப்பப்பட்டன. ஒன்றோ இரண்டோ நீர் இறைக்கும் குழாய்க் கிணறுகள் ‘பைப்’ அடையாளத்தில் தென்பட்டன.

வேப்பங்கன்றுகள், முருங்கை மரங்கள், சாணமிட்டு மெழுகப் பட்ட வாசல்களில் கோலங்கள். சில இடங்களில் கழிவுநீர் தேங்கி சில இடங்களில் ஓடியபடி. அரையும் குறையுமாக ஓடி ஆடும் சிறுவர் சிறுமியர். தலைக்கு மேலே செல்லும் மின்சாரக் கம்பிகளில் ஒரு காசுமாலை போல ஒயர் ஒன்று நடுவே பல்புடன்

தொங்க விடப்பட்டு பகலிலும் எரிந்து கொண்டிருந்தது. குப்பத்தின் ஒரு மூலையில் மாட்டுத் தொழுவம் ஒன்று காணப்பட்டது.

எலெக்ட்ரிஷியன் சண்முகம் வந்துவிட்டான். ஒரு பிளாஸ்க்கைக் கொண்டுவந்து கொடுத்துவிட்டு, 'சைக்கிளை எடுத்தாரேன்' என்று சொல்லிவிட்டுப் போனான். குமார் டீ குடித்து முடிக்கும் போது சைக்கிளைத் தோளில் வைத்து சுமந்து மூச்சிரைக்கக் கால்கள் சரிவில் தடுமாற மேலே வந்து சைக்கிளை 'ஸ்டாண்ட்' போட்டு நிறுத்தினான். 'சேரிக் குழந்தைங்க சைக்கிள்ள காத்தப் புடிங்கி உசுரை வாங்குதுங்க' என்றான். சைக்கிளில் உள்ள கைப்பையிலிருந்து ஒரு பாட்டில் தண்ணீரை எடுத்து வைத்தான். சிறிது நேரத்தில் இருவர் ஜெனரேட்டரைக் கொண்டுவந்து வைத்தனர். இரைச்சலுடன் உள்வளாகம் ஒளி பெற்றது. நாற்பது அடி உயரத் தோரண வாயிலும் உள்ளே குகைபோல உடைத்து சமன் செய்திருந்த கர்ப்பகிரகமும் பின்னாட்களில் இது ஒரு குகைச் சிற்பமாகவே அறியப்படும்.

கும்பலாக வந்து எட்டிப் பார்த்த சிறுவர் சிறுமியரை சண்முகம் விரட்டிக் கொண்டிருந்தான்.

அவர்களைச் சொல்லிக் குற்றமில்லை. கூர்மைப் படுத்தப்பட்ட பத்து கரிக்கட்டைகளும் அவற்றுடன் பரத்தி வைக்கப்பட்ட இருபது, முப்பது உளிகளும் விசித்திரமான தக்கை உளிகளும் அவர்களைக் கவர்ந்ததில் வியப்பில்லை. ஐந்து நிமிடத்திற்கு மேல் ஓர் உளி பயன்படுத்தப்படுவதில்லை. மதியம் சாப்பாடு வாங்கிவரப் போகும்போது சண்முகம் இந்த உளிகளை சாணை தீட்டிக் கொண்டு வரவேண்டும்.

ஒரு கரிக்குச்சியை வைத்துக்கொண்டு குமார் சிலம்பம் விளையாடுவது சண்முகத்துக்கு வியப்பாக இருந்தது.

வலது பக்கம் பக்கவாட்டில் திரும்பிய அனுமார் முகம் வலதுகையில் கதை. மார்பு அளவு உயர்த்தப்பட்டதாய் இடது கை தலைக்குமேல் உயர்த்தப்பட்டு அதன் மேல்பக்கம் வரை வந்த அரைவட்ட வால் அதன் முடியில் சிறு மணி. முதலில் குமார் இணைகோடுகள் போல் வரைந்து தன் கையிலுள்ள படத்தோடு சரிபார்த்து கரியில் அனுமார் வரைந்தான்.

வலதுபாதம் நேராகவும் இடது பாதம் முகத்தைப் போலவே பக்கவாட்டில் இருக்கும்படியும் படத்தில் இருந்தது. 'ஸ்கெட்ச்'சில் இரண்டு பாதமும் நேராகவே இருந்தது. அதை சரி செய்தான் குமார்.

கீழே இறங்கி ஏணியை ஓர் ஓரமாக வைத்துவிட்டு தள்ளி நின்று 'ஸ்கெட்ச்'சைப் பார்த்தான். மீண்டும் ஏணி வைத்து இடது முழங்கால் மேலே தொடை இடுப்பு வரை ஆடை இவைகளின் அளவைச் சரி பார்த்தான். இடுப்பின் அளவைக் குறைத்து கால்களோடு சமமாக்கினான். மார்பின் அளவைக் கொஞ்சம் அதிகரித்து மார்பின் மீது ருத்திராட்ச மாலை வரைந்தான். புஜங்களை இன்னும் வலிவானதாகக் கூட்டினான்.

உடம்பெல்லாம் முடியாக பச்சை நிறத்தில் ஓர் அனுமார் ஓவியம் அவன் பார்த்திருக்கிறான். அதில் அனுமாரின் தோற்றமும் தேஜஸும் மிகவும் அழகாக இருக்கும். இதில் இவர் போருக்குப் போகிற மாதிரியான தோற்றம். இந்த உணர்ச்சிதான் நான்காவது பரிமாணம்.

தலை பக்கவாட்டில். கிட்டத்தட்ட வட்ட வடிவமாக வரைந்து அதன் முன்பகுதியை அழித்துவிட்டு பக்கவாட்டில் தெரியும் கிரீடப்பகுதியை வரைந்து நெற்றி, கொஞ்சம் சப்பையாக அகலமாக வரும் பாதி மூக்கு, கீழே சரிந்து முன் நீட்டியபடியான அடிப்பற்களின் மேற்பக்கங்களின் வெளிப்புற உப்பலான தோற்றத்தில் அமையும் தாடையும் வாயும் உப்பலான கன்னமும் வரைந்தான்.

கண்களில் வீரமும் தனது இறைவனின் வேலை இது என்ற தீர்மானமும் தேஜஸும் வர வேண்டும். சிறிய அடர்த்தியிலான புருவம் வரைந்தான். ஏணியை விட்டு இறங்கி அதை ஓரமாக வைத்துவிட்டு ஸ்கெட்ச்சைப் பார்த்தான்.

திரும்ப மேலே ஏறி கண்களில் மத்தியிலிருந்து மேல் நோக்கும் கண்மணியை கரியால் வரைந்தான். மறுபடியும் கீழே இறங்கிப் பார்த்தான். இறைவா அனேகமாக வந்துவிட்டது. முழு வேலை முடிந்தபின் ஒருநாள் தங்க ஊசியால் தொட்டு பிறகு கண்களைத் திறக்கும்.

'சார் லஞ்ச் என்ன வாங்கிக்கிட்டு வரட்டும்?'

'கூல் டிரிங்க்ஸ் மட்டும் வாங்கிக்க.'

விஸ்வகர்மாவை மானசீகமாக வணங்கி ஏணியில் ஏறினான். தலையின் வெளிப்புறத்தைச் செதுக்க ஆரம்பித்தான். கல் உறுதியானதாக இருந்தது. உதிர்ந்து விழவில்லை. நுட்பமான வேலைப்பாட்டுக்கு ஏற்றது. ஜெனரேட்டரின் இரைச்சலும் புகையும் வெய்யிலில் வியர்வையும் இப்போதுதான் தெரிந்தன.

சட்டையைக் கழற்றி சாரத்தில் ஒரு மூங்கிலின்மீது மாட்டிவிட்டு மீண்டும் செதுக்க ஆரம்பித்தான். உளியின் ஒலி இதயத்தை மீட்டியது. நாளை இந்த விக்கிரகம் முழுவதும் வெண்ணெய்க்காப்பும் வடைமாலை, துளசி மாலை என்று இந்தக் கலையும் ஈடுபாடும் வெளித்தெரியாமலே போகலாம்.

ஆனால் கலை சிருஷ்டி வரையில் படைப்பாளிக்கே அந்தரங்கமா யிருக்கிறது. பின்பு அதை உலகம் சரிவர ரசிப்பதும் யானையைப் பார்த்த குருடனாய் வியப்பதும் அவனுக்கு அக்கறையில்லாத விஷயங்களே.

முகம் வடிவமைந்துவிட்டது. சொரசொரப்பான பலமுனை உளி, தேய்ப்புக்கல், தூசிதட்டும் 'பிரஷ்' என அவனே பாலீஷுூம் செய்தான். முகத்தைத் தொட பிறரை அவன் அனுமதிப்பதில்லை. களையான முகம் வந்துவிட்டது. பிற பாகங்களுக்கு கரியால் வரைந்திருந்த இடங்களுக்கு பெயின்ட்டால் ஸ்கெட்ச் வரைந்து விட்டான். திரும்பத் திரும்ப ஸ்கெட்ச் வரையப்படும். கல் செதுக்கப்படும்.

மீதி வேலைக்கு ஸ்தபதியிடம் புதிதாகப் படிக்கும் ஒரு மாணவ சிற்பி மற்றும் கோயில் வேலை தெரிந்த கூலித் தொழிலாளர்கள் போதும். அவர்கள் அனுமானின் விக்கிரகத்தை நன்கு தேய்த்து எண்ணெய்க் காப்புக்குத் தயார் செய்யும்போது முகத்தின் 'ஃபினிஷிங்கூக்கு குமார் வந்தால் போதும், அளவுகூட வைத்து முடித்திருப்பார்கள். நுட்பம் குமாரின் உளிபட்டு உயிர் பெறும்.

வழக்கமாக ஜலவாசம், தைலவாசம் என்று விக்கிரகம் பல நிலைதாண்டி பிரதிஷ்டை செய்தபின் கும்பாபிஷேகத்துக்கு முன்பு 'ஃபினிஷிங்கூ செய்வது வழக்கம். ஆனால் குகைக்கல்லே மூலவராகும்போது நேரே 'ஃபினிஷிங்கூதான்.

முதல்சுற்று வேலை முடிந்ததிலிருந்து கிடைக்கும் மனநிறைவுக்கு விலையே இல்லை. சினிமாக்காரர்கள் பெரிய தொகை பேசி இருந்தாலும் இன்று வெறும் வயிற்றுடன் வேலை செய்ததில் கிடைத்த நிறைவு வேறு கிடையாது.

மாலை மணி ஐந்து, இன்னும் நல்ல வெய்யில் அடித்துக் கொண்டுதான் இருந்தது. சண்முகம் தேநீரும் மாலை தினசரியும் வாங்கி வந்திருந்தான். 'கோபிகா தூக்கு மாட்டித் தற்கொலை' என்று தலைப்புச் செய்தி.

பாகம் இரண்டு

10

அன்புமணி செல்லையாவை வியப்போடு பார்த்துக் கொண்டிருந்தான். பத்தாம் வகுப்புக்கு மேல் செல்லையா படிக்கவில்லை. பத்தாம் வகுப்பில் அவன் தேறவுமில்லை. தன்னைவிட இரண்டு வயது பெரியவனான அவன் படித்துக் கொண்டிருந்தால் இப்போது பன்னிரண்டாம் வகுப்பில் இருக்க வேண்டும். தன்னளவுக்கு அவனுக்கு மீசை அடர்த்தியாக இல்லாதது மட்டுமில்லை. அவனுடைய பேச்சு வயதானவர்கள் போலவே இருந்தது. மாதம் ஒருநாள் அவன் ஹோட்டல் முதலாளி அவனுக்கு ஊருக்குப் போய் வர அனுமதி கொடுத்திருந்தார். நாகலிங்கபுரம் பஸ் ஸ்டாண்டில் அவன் வேலைபார்க்கும் ஹோட்டல் இருந்தது.

'இப்பல்லாம் நாகலிங்கபுரம் மலையில் நிறைய ஷூட்டிங் நடக்குதுடா' என்றான் செல்லையா.

அன்புவுக்கும் இது தெரிந்ததுதான். மூணுகல் பாலம் போய் சிமெண்ட் பாலம் வந்ததிலிருந்து நிறைய வண்டிகள் மலைப் பாளையம் வழியே முருகன் கோயில் வரை போகின்றன. அருவி, முருகன் கோயில், முனீஸ்வரன் கோயில் இங்கெல்லாம் ஷூட்டிங் நடக்கத்தான் செய்கிறது. ஒருமுறை பள்ளிக் கூடத்துக்கு 'கட்' அடித்துவிட்டுக் கூட அவனும் அவன் நண்பர்களும்

மலைக்குமேல் ஷூட்டிங் பார்க்கப் போனார்கள். ஆனால் போலீஸ் அடித்துத் துரத்திவிட்டது. பெரிய கண்ணாடிகள். ஒரு கிரேனில் ஒரு கேமராமேன் அமர்ந்து ஏறி இறங்கிக் கொண்டிருந்தார்.

'ஏண்டா இந்த அனுமார் கோயில்லகூட ஷூட்டிங் நடக்கும் னாங்களே. நம்ம குடும்பத்திலேயே நடந்துச்சின்னா நாமளும் ஈஸியா பாக்கலாம்னு நெனச்சிருந்தேன்.'

அனுமார் கோயிலுக்குக் கீழே அமைக்கப்பட்டிருந்த படிகளில் கடைசியான பத்தாவது படியில் அவர்கள் அமர்ந்திருந்தார்கள். அனுமன் விக்கிரகம் சங்கு நாமம் சக்கரம் போட்ட பெரிய செம்மண் நிற வெல்வெட் படுதாவால் மறைக்கப்பட்டிருந்தது. பெரிய சிமெண்ட் மேடை இருந்தது. நிறையபேர் அங்கேயே படுத்துத் தூங்க ஆரம்பித்ததால் இரும்பு 'கிரில்' போட்டு 'கேட்' போட்டுப் பூட்டி விட்டார்கள். அய்யர் வரும்போது சாவி எடுத்து வருவார். 'கேட்'டின் மீது துளசி மாலை வாடாது புதியதாய்க் கட்டியது தொங்கிக் கொண்டிருந்தது. பூக்காரக் கிழவி லெச்சுமியம்மா இதைக் காலையிலேயே வைத்துவிட்டுப் போகிறாள். மலைப் பாளையத்திலிருந்து மலைப்பாதையில் வண்டிகள் திரும்பும் இடத்தில் அவள் மகள் 'பங்க்' கடையும் அவள் பூக்கடையும் போட்டிருந்தார்கள். குப்பத்தில் அடிக்கடி நெல்லுச் சோறு சாப்பிடுகிறவர்கள் அவர்கள் வீட்டுக் குழந்தைகள்.

'கோபிகா அனுமன் பக்தையா நடிக்கறதா இருந்துதுடா ஒரு படம். அவதான் தூக்கு போட்டுகிட்டாளே...' தொடர்ந்து செல்லைய்யா தற்போதைய தமிழ் நடிகைகளின் உடல் அமைப்பு பற்றி மிகவும் நுணுக்கமாகப் பேச ஆரம்பித்தான். அனுமார் கோயில் படிக்கட்டில் அமர்ந்து இவற்றைப் பேசுவது அன்புவுக்கு ஒரு மாதிரியாக இருந்தது. கேட்பதற்கு சுவையாகவும் இருந்தது.

'டீ சாப்பிடலாமாடா?'

'சரி வா. ஒன் பௌ **(பை??)** டீ சாப்பிடலாம்' என்றான் செல்லைய்யா. குப்பத்தில் இரண்டு டீக்கடைகள் இருந்தன என்றாலும் இருவருமே மலைப்பாளையம் வரை நடந்துபோய் தான் டீ சாப்பிடுவார்கள். இங்கே யாராவது பெரிசு பார்த்தால், 'ஏதுடா காசு?' என்று எரிச்சலூட்டுவார்கள்.

'நாகலிங்கபுரம் பஸ் ஸ்டாண்ட்', 'மலைக்கோயில்' என்று போட்டு நிறைய மினி பஸ்கள் போய்க்கொண்டிருந்தன. நிறைய

மொபெட்டுகள் பின்பக்க இருக்கையில் கம்பி வைத்து காய்கறி, பால், கோழிகள் என ஏற்றியபடி விரைந்து கொண்டிருந்தன.

‘மலைப்பாளையத்துக்கும் நாகலிங்கபுரத்துக்கும் எவ்வளவு பஸ்ஸுடா...’ என்றான் அன்பு.

‘கோயிலுக்கு அருவிக்குன்னு கும்பல் நெரியுதுடா. 2002ல முடிச்சாங்க. இப்ப 2004. மலையில நாகலிங்கபுரம் டவுனுலேருந்து இன்னொரு பாதை போட ஆரம்பிச்சாச்சு.’

‘முருகன் கோயில் கும்பாபிஷேகத்துக்கு மட்டும் ஒரு லட்சம் பேரு வந்தாங்களாம்’ என்றான் அன்பு ஆமோதித்தபடி.

‘நம்ப அனுமார் கோயிலுக்கு ஏண்டா அவ்வளவு கும்பலே வரக்காணும்?’

‘இது இங்கே இருக்கறதே நிறைய பேருக்கு தெரியாதுடா’ என்றான் செல்லைய்யா. ‘ஜனங்க போய்வர இங்கே வழியே கிடையாது. அய்யரே முகத்தைச் சுளிச்சுக்கிட்டுதான் குப்பத்து சந்துல புகுந்து கோயிலுக்கு போறாரு.’

‘சாமியிலேயே ஏழை பணக்காரன் இருக்குன்னு சொல்லு.’

‘நிச்சயம்டா. ஒரு கல்யாண கான்ட்ராக்ட்டுக்காக ஜெயங் கொண்ட சோழபுரம் போயிருந்தேன், அங்கே கோபுரம் மட்டும் முடியாம தஞ்சாவூர் பெரிய கோயிலுக்கு சமமா ஒரு பெரிய கோயிலு கட்டியிருக்காங்க. ராஜராஜ சோழன் பையன் ராஜேந்திர சோழன் கட்டினதாம். ஆனா அங்கே எத்தினி பேரு போறாங்க? லிங்கம் நந்தி எல்லாமே பெரிசுதான் இங்கேயும்.’

‘வரகுடி பஞ்சாயத்துக்கு எல்லை முடிவு’ என்ற பலகையைத் தாண்டி நடந்தார்கள். ‘வணக்கம். மலைப்பாளையம் தேர்வு நிலை ஊராட்சி வரவேற்கிறது’ என்ற பலகை அடுத்து இருந்தது.

லாரி எடைமேடை, லாரி, கார், டயர் பஞ்சர் கடைகள், ஒரு பெட்ரோல் பங்க், இரண்டு பரோட்டா டிபன் கடைகள், ஒரு பங்க் கடை, செங்கல் மணல் விற்கும் கடை, ‘கேட்’ கிரில் செய்யும் கடை, லேத் பட்டறை, பஸ் ஒர்க் ஷாப் இவை தாண்ட மலைப்பாளைய ஊர் குடியிருப்புகள் தெரிந்தன.

அவர்கள் வெள்ளாளர் தெரு வழியாக ஊருக்குள் நுழைந்தார்கள். எஸ்.டீ.டி, ஐ.எஸ்.டி என்று போர்டு போட்ட கடைகள், டிவி கடை, நிறைய டிராவல்ஸ் தென்பட்டன.

‘மலைப்பாளையம்காரனுங்க நல்லா காசு பாத்துட்டானுங்க. டிராவல்ஸ்னு வீட்டுக்கு ஒரு கார் வெச்சிருக்கானுங்க. மலைக்கிப் போற வழியெல்லாம் கூல்டிரிங்க்ஸ், பஞ்சாமிர்த கடை, ஊருக்குள்ளே ஒயினுன்னு நிறைய வியாபாரம் பெருகிடுச்சி.’

கடைவீதி வந்துவிட்டது. மலைப்பாளையம் கடைவீதியில் முன்பெல்லாம் பக்கத்து கிராம மக்களின் போக்குவரத்தில் சைக்கிள்களும் மொபெட்டுகளும் அதிகம் காணப்படும். இப்போது நிறைய வேன்களும் வெள்ளைநிற அம்பாசிடர் டாக்ஸிகளும் தென்பட்டன. தள்ளு வண்டியில் வாழைப்பழம், கொய்யாப்பழம், பிளாஸ்டிக் சாமான்கள், பொம்மைகள், உள்ளாடைகள், வளையல்கள் விற்கும் தள்ளுவண்டிகள் நிறையவே தென்பட்டன.

‘செங்கல்வராயன் தேநீர் விடுதி’க்குள் இருவரும் நுழைந்தனர். மின்சாரம் இல்லாததால் கடையில் இருந்த ‘பெஞ்சு’களும் சிறுவடிவ மேசைகளும் அங்கும் இங்குமாகக் கிட்டத்தட்ட கிழிந்த நிலையில் கிடந்த செய்தித் தாள்களும் தட்டினால் ஆன உட்புறச் சுவர்களின் மீது ஒட்டப்பட்டிருந்த அரசியல், சினிமா சுவரொட்டிகளும் கண்ணில் பட சிறிது நேரம் பிடித்தது. ஓர் அலுமினிய ‘ட்ரே’யில் அதிரசங்களும் வடைகளும் வைக்கப் பட்டிருந்தன. கல்லாவில் இருந்தவர் அவற்றின் மீது இருந்த ஈக்களை அவ்வப்போது விரட்ட முற்பட்டார். செல்லைய்யா இரண்டு வடைகளைக் கையில் எடுத்துக்கொண்டு ஒரு மேசையின் முன் அமர்ந்தான். அவனைப் போலவே வயதுள்ள ஒரு பையன் இரண்டு எவர்சில்வர் டம்ளரில் தண்ணீர் கொண்டுவந்து வைத்து, ‘என்ன சாப்பிடறீங்க... பணம் இருக்குல்ல?’ எனக் கேட்டான்.

‘ஏய் தலையரட்டை, பணம் இல்லாம சாப்பிட வருவமாடா... நாகலிங்கபுரத்துல பெரிய ஓட்டல்ல வேலை பாக்குறவண்டா நானு...’ என்றான்.

‘வேலையப் பாருடா சுறுசுறுப்பா. ரெண்டு டீ கொண்டுவா’ என்றான் செல்லைய்யா அதட்டலாக.

‘டவுன்காரங்ககிட்டேயிருந்து நாம ஒண்ணு கத்துக்கணும். குரலை உசத்தி பந்தாவா பேசிப்பழகணும். நாம பேசறதப் பார்த்தா நாம அடுத்த ஆள் பண்ணின தப்பை விசாரிக்கற மாதிரி தெரியணும்.’

‘ஒரு தடவை ‘டீ’யில ஈ கிடந்ததுன்னு ஒருத்தன் பெரிய சத்தம் போட ஆரம்பிச்சுட்டான். எங்க முதலாளி உடனே ‘ஏன்யா பாதி டீயை குடிச்சிட்டே. அப்ப என்ன அர்த்தம்... டீயை வைக்கும் போது ஈ இல்லன்னுதானே. சுடச்சுட குடுத்த டீயை குடிக்காம பராக்கு பார்த்துக்கிட்டு இருந்தா ஈ என்ன யானையே உள்ளே விழுந்துடும்... போய்யா... வேலையைப் பார்த்துகிட்டு போ’ன்னு ஒரு போடு போட்டாரே பாக்கணும்.’

தேநீர் வந்தது. அதில் ஈ இல்லை என்பதைத் தன்னையுமறியாமல் அன்பு சரிபார்த்துக் கொண்டான். வடை முதல் நாள் செய்ததா யிருக்கலாம் என்று ஐயம் எழுந்தது.

‘இந்தக் கடையும் எம்.எல்.ஏயோட குடும்பத்துதான்’ என்றான் செல்லைய்யா ஏதோ பெரிய ரகசியம்போல. தேர்தல் வரும் போதெல்லாம் இந்தக் கடை கட்சியின் தேர்தல் அலுவலகம் ஆவது எல்லோருக்கும் தெரிந்ததுதான். காசு கொடுத்துவிட்டு வெளியே வந்தார்கள்.

மூடிக்கிடந்த ஒரு கடையின் வாசலில் வட்டவடிவமாகப் பெரிய கும்பல் நின்று கொண்டிருந்தது. நெருங்க நெருங்க மகுடிச் சத்தம் கேட்டது. ‘பாம்பாட்டிடா’ என்றான் செல்லைய்யா.

செல்லைய்யா கூட்டத்தின் உள்ளே குனிந்தபடி நுழைந்தபோது, ‘முன்னாடி போயிடாதேடா. வாயிலே ரத்தம் கக்கறமாதிரி படுக்க வச்சிடுவாண்டா’ என்றான் காதோடு காதாக. ‘அதெல்லாம் அவனோட ஆளே பண்றதுடா’ என்றான் அவனும் மெதுவாக.

பாம்பு தலையைக் கீழே போட்டு சுருண்டு கொண்ட போதெல்லாம் பாம்பாட்டி அது இருந்த வட்ட வடிவக் கூடையைத் தட்டி அதை எழுப்பினான். அது இருந்த வட்ட வடிவக் கூடையைத் தட்டி அதை எழுப்பினான். நல்ல பாம்பு எழுந்து படம் விரிக்கும்போது மகுடி வாசித்தான். ‘இது ராஜ நாகம். நாட்டுக்கோழி முட்டை, கோழிக்குஞ்சு, தவளை இதுதான் சாப்பிடும்.’ அருகிலே தரையில் அடித்த ஓர் ஆணி மீது கட்டிய சணல் கயிற்றில் ஒரு சிறிய கீரி கட்டப்பட்டிருந்தது.

‘கீரிக்கும் பாம்புக்கும் சண்டை விடப்போறேன். எல்லோரும் ஒருதடவை ஜோரா கைதட்டுங்க’ என்றான். கைத்தட்டி முடிந்தது.

‘ராத்திரியில வேலை முடிஞ்சு, வெளியூர் போயி, சினிமா பார்த்துட்டு வயல் வழியா புளியமரம் பக்கமா சுடுகாட்டு ஓரமா

எங்கெங்கேயோ போயி வீட்டுக்கு போறீங்க. ஒரு காத்து கருப்பு அடிச்சா உங்கள பிடிச்சா என்ன பண்ணுவீங்க?' மூச்சுவிடாமல் பேசினான் பாம்பாட்டி.

'யாரும் கைகாட்டாதீங்க. யாரும் எழுந்து போகாதீங்க. மந்திரம் போடறேன். மந்திரிச்ச தாயத்தை கையில கட்டிட்டீங்கன்னா ஒண்ணும் அண்டாது.'

அன்புவின் தோளில் தட்டி வெளியே அழைத்து வந்தான் செல்லைய்யா.

'யாரும் எழுந்து போகாதீங்கன்னு சொன்னானேடா.'

'அப்படி பார்த்தா நீ இன்னிக்கு முழுக்க இங்கனெயே நிக்க வேண்டியதுதான். அவன்கிட்ட இருக்கறது ஒரு கீரி. ஒரு பாம்பு. சண்டைக்கு விட்டா அவன் பொழப்புக்கு என்னடா பண்ணுவான்?'

வாழைமரம், ஒலிப்பெருக்கி கட்டிய ஒரு திருமண மண்டபத்தின் அருகே அவர்கள் வந்தபோது இரும்பு உருளைகள் மீது வைத்து செந்நிறமாக ஓர் என்ஜினை இருவர் இழுத்துப் போவதைப் பார்த்தான் அன்பு.

'என்னடா இது?'

'ஜெனரேட்டர் இது. அனுமார் சிலை வைக்கும்போது தினமும் வந்து போச்சே, நீ பாக்கலயா?' என்றான் செல்லைய்யா.

'இந்த ஆடி மாசத்துல ஏதுடா கல்யாணம்?' என்றான் அன்பு.

'கல்யாணம் இல்லடா.' மேல் ஜாதி ஒன்றின் பெயரைச் சொல்லி, 'அவங்க கல்யாண மண்டபம்டா இது. அவங்க ஜாதி சங்க மீட்டிங் நடக்குது. வெளியிலே படுதால எழுதி தொங்க விட்டிருந்தாங்களே... பாக்கல?' என்றான்.

ஜெனரேட்டரை இழுத்துப் போனவர்கள் மண்டப வாசலில் மெயினிலிருந்து வந்த ஒயரிலிருந்து 'பிளக்'கை ஜெனரேட்டரில் இருந்த 'சாக்கெட்'டில் பொருத்தினார்கள். ஜெனரேட்டரின் பக்க ஒளியுடன் கூட பெரிய ஓசையுடன் சினிமாப்பாடல் ஒன்று ஒலிப்பெருக்கியிலிருந்து ஓலமிட்டது.

மேடையில் வியர்த்து வழிந்தபடி நான்கைந்து பேர் அமர்ந்திருந்தனர். அதில் ஒருவர் எழுந்து மைக் முன் நின்று அது வேலை செய்கிறதா என்று இருமுறை தட்டிப் பார்த்தார்.

‘நமது சமுதாயப் பெரியோர்களே...’ என்று ஆரம்பித்தார். தாய்மார்களே என்று ஏன் சொல்லவில்லை என்று யோசித்தான் அன்பு. கூட்டத்தில் பெண்களே இல்லை.

‘இனமான சிங்கமான நம் தலைவர் பெரியவர் ரெங்கசாமி அவர்களைப் பற்றி நான் சொல்ல தேவையே இல்லை. சில வருடங்களுக்கு முன்பு நாகலிங்கபுரம், மலைப்பாளையம் பஞ்சாயத்துகளுக்கிடையேயும் பூசல். மறுபக்கம் மலைமேலுள்ள முனீஸ்வரன் கோயில்காரர்களுக்கும் மற்ற அனைவருக்கும் இடையே அடிதடி போலீஸ் கேஸ் என்ற அளவுக்கு போய் விட்டது. அப்போது நடந்த ஒரு செயற்குழு கூட்டத்தில் ஒரு மிகவும் முக்கியமான விஷயத்தை ஐயா குறிப்பிட்டார். இரண்டு ஊரிலுமே பெருவாரியாக இருப்பது நமது சமுதாயத்தைச் சேர்ந்த மக்கள்தான். ஆனால், மூணுகல் பாலத்தை மாற்றி நிரந்தப் பாலம் அமைக்கும் முன்பே இரண்டு பஞ்சாயத்துக்கு நடுவிலேயும் தேவையில்லாத பூசல். பாலத்தின் பயனை யார் அதிகம் அடையப்போகிறார் என்ற போட்டி. அப்போது நம் சமுதாயத்தைச் சேர்ந்த இரண்டு ஊர் மக்களை முதலில் ஒன்று திரட்டி முருகன் கோயிலை பராமரிக்கும் டிரஸ்ட் ஏற்பட வழிசெய்தார். பிறகு மற்ற சமுதாயத்தைச் சேர்ந்த இரண்டு ஊர் முக்கியஸ்தர்களையும் டிரஸ்டுக்குள் கொண்டுவந்தார். டிரஸ்ட் அமைந்த பிறகு முனீஸ்வரன் கோயில்காரர்களிடம் ஒருவர் வழிக்கு இன்னொருவர் வருவதில்லை என்றும் முனீஸ்வரன் கோயில் நற்பணிகளையும் முருகன் கோயில் டிரஸ்ட் நிதியளித்து நடத்தித் தரும் என்றும் உடன்படிக்கை ஏற்பட்டது. இன்று டூரிஸ்டுகள், பக்தர்கள், சினிமாக்காரர்கள் என்று மக்கள் வெள்ளம் இரு ஊருக்கும் பெருக்கெடுத்து வருகிறது. நல்ல நிலைக்கு இரண்டு ஊரும் வந்துள்ளன. அறுபடை வீடுகளுக்கு நிகராக முருகன் கோயில் புகழ்பெற்று வருகிறது. நமது சகோதரர்களான நாகலிங்கபுரத்துக்காரர்களுக்கு அவர்கள் ஊரிலிருந்தும் மலைக்கு மேலே வருவதற்கான நல்ல மலைச்சாலை அமைக்கும் பணியும் முழுவீச்சில் நடைபெற்று வருகிறது. ஐயாவின் வழிகாட்டுதலில் நமது சமூதாயம் இரு ஊர்களும் நிறையவே பயன்பெற்றுள்ளன. எனவே அவரே தொடர்ந்து நம் சங்கத் தலைவராக இருப்பதில் மாற்றுக் கருத்தே இருக்க முடியாது.’ கைத்தட்டல் காதைப் பிளந்தது.

‘பெரிய ஏரிக்கு போயி அதுல எவ்வளவு தண்ணி இருக்குன்னு பாத்துட்டு வரலாமா?’ என்றான் செல்லைய்யா.

கடைவீதி மத்தியில் இருபக்கமும் பிரியும் சந்தில் இடது பக்கம் திரும்பினார்கள். ஒரு சிறிய பாலம் ஊர் சாக்கடையாயிருந்த இரு ஏரிகளை இணைக்கும் வாய்க்காலைத் தாண்டி தெப்பக்குளத் தெருவுக்கு இட்டுச் சென்றது. தெப்பக்குளம் வறண்டு கிடந்தது. மலைப்பாளையத்தின் சிவன் கோயில் தெப்பக்குளம்தான் அது. கோயிலின் திருப்பணி தேவஸ்தானம் இவை ஏற்கெனவே அரசாங்கத்திடம் இருந்ததாலோ என்னவோ முருகன் கோயிலை ஒப்பிட சிவனுக்கு வருமானமும் வரத்தும் குறைவுதான்.

தெப்பக்குளத்திலிருந்து ஏரி போகும் வழியில் இருபக்கமும் குடிசைகள் தாங்கள் இருக்கும் குப்பத்தை நினைவுபடுத்துவதாகவே தோன்றியது அன்புமணிக்கு. குப்பம் நெருங்கியவுடன் ஒரு பெட்டிக்கடையில் பீடி வாங்கி பற்றவைத்துக் கொண்டான் செல்லைய்யா.

இடுப்பில் ஒரு குடம் தலையில் ஒன்றாக இரு பிளாஸ்டிக் குடங்கள். ஈரப்புடவை சரசரக்க மண்பட்டு விழுந்து சிதறிய பல பெண்கள் குளித்து முடித்து வந்து கொண்டிருந்தார்கள்.

‘ஏரியில் தண்ணி இருக்குபோல...’ என்றான் அன்பு.

‘ஏரியாவும் இருக்கலாம். ஏரிதாண்டி ஏதேனும் வயக்காட்டுக் கிணத்திலேயோ பம்பு செட்டிலேயோ தண்ணி பிடிச்சிருக்கலாம்.’

‘டேய் அன்பு... அன்பு...’ யாரோ அழைக்கும் குரல் கேட்டது.

அன்புவுடன் படிக்கும் கிருஷ்ண பெருமாள். கையில் ஒரு துண்டை மடித்துப் பிடித்தபடி வந்தான்.

‘எங்கடா போறீங்க?’

‘சும்மா ஏரியிலே எவ்ளோ தண்ணீ இருக்குன்னு பாக்கப் போறோம்.’

‘எங்ககூட வாங்கடா பம்பு செட்டில குளிக்கலாம்.’

‘எதுக்குடா? நாங்க குளிச்சிட்டோம்.’

‘குளிக்காட்டியும் வாங்கடா. ஒரு விஷயம் இருக்கறதுனால தானே கூப்பிடறேன்.’ மூவரும் குப்பத்தின் ஒரு சந்தில் புகுந்து வரப்புவழியே இறங்கி நடந்தனர். சோளம், கம்பு, பயறு, வாழைத் தோட்டங்கள் தாண்டி ஒரு வயற்காட்டின் பக்கம் வந்தனர்.

‘பம்ப்’ செட் ஓடிக்கொண்டிருந்தது. ‘இப்பதானே கரண்டு வந்துச்சு, அதான் கும்பல் இல்லை’ என்ற பெருமாள் ‘கொஞ்சங் கூட சத்தம் போடாம என் பின்னாடி வாங்க’ என்று முதலில் ‘பம்ப் செட்’டின் மோட்டார் அறையின் இடுக்கு வழியே பார்த்து விட்டு, ‘வா’ என்பதுபோல சைகை செய்தான். இருவரும் அவன் பின்னே நின்றவுடன் முதலில் அன்பு என்பதுபோல் சைகை காட்டினான்.

கதவிடுக்கு வழியே அன்பு பார்த்தபோது ஒரு பெண்ணின் ஆடையில்லாத மேல்பகுதி தெரிந்தது. நின்ற நிலையில் இருந்த அவளின் கழுத்துக்குக் கீழே ஆணின் தலை நெருங்கியிருந்தது.

‘உங்க காலனி பெரியசாமி’ என்று கிசுகிசுத்தான் பெருமாள்.

‘பொண்ணு?’

‘காந்திமதி.’

‘காந்திமதின்னா எங்க காலனியா?’

தனியே தள்ளி அவர்களை அழைத்து வந்த பெருமாள், ‘காந்திமதி முருகன் கோயில் டிரஸ்டுல முக்கியமா இருக்காரே ராமசாமி ரெட்டியார்...’ என்று ஜாதி பெயரைச் சொல்லி, ‘அவரோட பொண்ணு’ என்றான்.

‘எத்தினி நாளா இது நடக்குது?’ என்றான் அன்பு.

‘எனக்கு தெரிஞ்சு ரெண்டு மாசமா. அவ மோட்டார் போட வர்ற மாதிரி வர்றா. இவனும் வந்துடறான்.’

‘இவன் நாகலிங்கபுரத்துல எலெக்ட்ரிஷியனா வேலை பாக்கறான்’ என்ற செல்லைய்யா, ‘அனேகமா இவனுக்கு அல்பாயுசு’என்றான்.

‘ஏண்டா அப்டி சொல்ற?’ என்றான் பெருமாள்.

‘உனக்கு புரியுதா?’ என்றான் அன்பைப் பார்த்து செல்லையா.

‘புரியல.’

‘உங்களுக்கெல்லாம் வயசு பத்தாது.’

11

'ஏண்டி செண்பகம், தண்ணி லாரி வந்துச்சா? நம்ம குடத்தை வெச்சிட்டு வந்தியே, இன்னொரு குடத்தை எடுத்துகிட்டு போயேண்டி...' ஆப்பக்கார ஆயா திண்ணையில் குழாய்ப்புட்டு வெந்ததைப் பரிசோதித்தபடியே வீட்டுக்குள் குரல் கொடுத்தாள்.

'எட்டுமணி ஆவுது. நான் என்ன ஸ்கூலுக்கு போவத்தேவை யில்லையா?' என்றாள் செண்பகம்.

'அம்மாக்காரி காய்கறி வித்துக்கிட்டு ஓடா தேயிறா... அப்பன்காரன் குடிச்சிப்பிட்டு ஊரு சுத்தறான். இந்த அடுப்பங்கரையில நான் வெந்து மடியறேன். ஒரு தண்ணி பிடிச்சி வெக்க துப்பில்லயா?'

'அண்ணந்தான் ரிக்ஷா ஓட்டுதில்ல, இன்னிக்கு ஒரு நாளைக்கு முனிசிபாலிட்டி டேங்க்லேர்ந்து எடுத்தாரச் சொல்லேன். இன்னிக்கு பிரேயர்ல இலவச புஸ்தகம் யூனிபார்ம்லா மினிஸ்டர் தர்றாரு... நான் டயத்துக்கு போகணும். எனக்கு சாப்பிட புட்டு எடுத்து வை.'

'தங்க அண்ணன் சரக்கு ஏத்தற வேலை கிடைச்சா சாப்பிடக்கூட வரமாட்டாண்டீ... நீ சாப்பிடு, நான் போயி லாரி வருதான்னு பாக்கறேன்.'

ஆயாவின் ஊர் வரகுடி தாண்டி இலந்தைப்பட்டி. பேரனுக்கும் பேத்திக்கும்தான் ஆயாவின் அம்மாள் திருமணம் செய்து வைத்திருந்தாள்.

தனது மருமகன் குடித்துச் சீரழிந்தபோது கூலி வேலை செய்யும் மகன்களுக்கு அதில் ஆட்சேபிக்க எதுவும் தெரியவில்லை.

மலைப்பாளையம் ஏரிக்கரையில் ஒரு வாடகை வீட்டில் குடியேறி ஆப்பம், புட்டு, இட்டிலி விற்க ஆரம்பித்தாள்.

பிறகு இங்கே ஏழைப்பட்டவர்கள் நிறையபேர் குடிசை போடுவது தெரிந்து குடும்பத்தோடு இங்கே வந்ததில் குந்த இடம் கிடைத்து விட்டது.

'ஆயா, வா சீக்கிரம். நம்ம குடம் எங்கே இருக்குன்னு காமிக்கறேன்' செண்பகம் அவசரப்படுத்தினாள்.

அடிக்குழாயில் கொஞ்சம் மெனக்கெட்டால் தண்ணீர் வரத்தான் செய்கிறது. ஆனா ஒரே இரும்பு வாடை.

செண்பகமும் ஆயாவும் வரிசையை அடைந்தபோது ஆயா என்று பெயின்டில் எழுதியிருந்த பச்சை நிறப் பிளாஸ்டிக் குடம் வரிசை மத்தியிலிருந்த இடத்திலிருந்து விலகி உருண்டு கிடந்தது.

'மாலாக்கா குடத்துக்கு அடுத்ததுதான் நம்மளது' என்றாள் செண்பகம். மாலா என்று எழுதியிருந்த குடத்திற்குப் பின்னால் வள்ளி என்று எழுதிய குடம் இருந்தது.

'எவடி என் பேத்தி வெச்ச குடத்தை ஏகிறிட்டு தன் குடத்தை வெச்சவ? ஏய் வள்ளி, எடுடி உன் குடத்தை' ஆயா ஆரம்பித்தாள். செண்பகம் பள்ளிக்கூடம் போனாள்.

'அல்லாரும் குடத்தை வெச்சிட்டு கொழந்தை குட்டியோட காத்திருக்காங்க... திடீர்னு வந்து என்னை ஆர்ப்பாட்டம் பண்ணறே?'

'ஏய் வள்ளி, எங்க குடத்தை எடுக்க நீ யாருடி?'

'இடம் காலியாயிருந்திச்சு. நான் வெச்சேன். வயசான காலத்துல வாய வளக்காத. மரியாதை கெட்டுப் போயிடும்.'

'என்னடீ மரியாதை கெட்டுப் போயிரும்? பக்கத்து வீட்டுக்கதவு தெறந்திருந்தா நுழைவியா? எடுடீ கொடத்தை...'

'என்னா சொன்னே... பக்கத்து வீட்டுக்கு போவேனா... பத்து வீட்டுக்கு போவாளுங்க உன் பொண்ணும் பேத்தியும்.'

‘என்னடி பேசினே...’ ஓங்கி அறைந்தாள் ஆயா வள்ளியை.

‘உழைச்சுப் பொழக்கறவங்கடீ நாங்க நாயே. நாக்கு மேலே பல்லப்போட்டு என்ன பேச்சு பேசறே...’ வள்ளியின் குடத்தை ஓங்கி உதைத்தாள்.

‘அடிப்பாவி நாசமாப்போவே...’ குடத்தை எடுத்த கையோடு வள்ளி மண்ணை அள்ளினாள்.

‘அட நிறுத்துங்கம்மா.’ பக்கத்திலிருந்த குடிசை வாயிலிலிருந்து வாயில் சுருட்டுடன் எழுந்து வந்தார் காக்கிச் சட்டை, ஒட்டுப் போட்ட பழைய வாட்ச்மேன் சட்டை அணிந்த பெரியவர்.

‘ஒரு வேளை கஞ்சிக்கு வழியில்லை... ஒரு வாய் குடிக்கற தண்ணிக்கி வழியில்லை. ஏம்மா மானங்கெட பேசறீங்க?’

அழுது கொண்டிருந்த வள்ளியிடமிருந்து குடத்தை வாங்கிக் கொண்டு, ‘நீ போ பாப்பா, நான் பிடிச்சு தாரேன்’ என்றார்.

தண்ணீர் லாரி வந்துவிட்டது. வண்டியைத் திருப்பி எடுத்து வந்து வரிசைக்கு மிக அருகில் வந்தவுடன் முதலில் வைத்திருந்த ஐந்தாறு பெண்கள் குடங்களை எடுத்துக்கொண்டு ஓரமாக நின்றனர்.

‘கையில் ஐம்பது பைசா இருக்கறவங்க முதல்ல ரெண்டு குடம் பிடிங்க’ என்றான் டிரைவர்.

‘இது இன்னாய்யா புதுசா?’ என்றார் பெரியவர்.

‘வரகுடி பஞ்சாயத்துல போன மாசம் சம்பளமே தரல. கவர்மெண்ட் கிட்டயே பணம் இல்லியாம். மறுபடி சம்பளம் எப்போ கிடைக்குமோ தெரியாது.’

‘ஐம்பது பைசான்னு நெருக்காதே. கொடுக்கறதை வாங்கிக்க.’

சில பெண்கள் இருபத்தைந்து பைசா சிலர் ஐம்பது பைசா கொடுத்தனர். சிலர் ஒரு ரூபாய் கொடுத்து கூடுதலாக இரண்டு குடம் பிடித்துக்கொண்டனர்.

பேரன் சாமி மதியம் சாப்பிட வரவில்லை. ரிக்ஷாவில் சரக்கு ஏற்றும் வேலை மற்றபடி சுமை தூக்கும் கூடுதல் வேலை எதுவும் இருந்தால் அவன் வரமாட்டான். அவனுக்கு இருபது வயதாகிறது. படிப்பு ஏறவில்லை. நல்லவேளை அவன் குடிகாரனில்லை.

ஊருக்கெல்லாம் ஆப்பம், புட்டு, இட்டிலி, தோசை என்று செய்து கொடுத்தாலும் பழைய சோறுபோல ஆயாவுக்குப் பிடித்தது ஏதுமில்லை. அதுவும் இந்த ஊருக்கு வந்துதான் அரிசிச் சோறு. கம்மங்கூழ், கேப்பங்களி என்றுதான் எலந்தைப்பட்டியில் காலம் ஓடிற்று. உண்ட களைப்பில் சற்றே கண் அசந்தாள்.

'ஆயா...' ஒரு பெண்குரல் கேட்டது.

'ஆரு?' மெதுவாக எழுந்து பார்த்தாள்.

வெய்யில் வெளிச்சத்தில் கூசிய கண்களுக்கு அது வள்ளி என்று தோன்றியது. காலையில் வாயில் வந்ததையெல்லாம் பேசினாள். மண்ணை வாரி இறைக்கப் போனாள். இப்போது என்ன வேணுமாம்?

'என்ன?' குரலை உயர்த்திக்கொள்ள முயன்றாள்.

'ரெண்டு இட்டிலி இருந்தா குடு ஆயா... பசி உசிரு போகுது.'

இளமை முதல் பல நேரங்களில் பசியும் பட்டினியுமே அனுபவித்தவள். வள்ளி இளவயசுப் பெண். அவள் குழந்தைக்கு ஒரு வயசோ என்னவோ... பாவம்.

'இரு தாரேன்.'

நாலு இட்டிலியும் காரச் சட்டினியுமாகக் கொண்டுவந்து வைத்தாள் ஆயா.

'என்கிட்டே ரெண்டு ரூபாதான் இருக்கு' என்றாள் வள்ளி.

'பரவாயில்லே சாப்பிடு.'

ஆயா தட்டை அவள் முன் நகர்த்தினாள். இரண்டு வாயை அள்ளி அடைத்துக் கொண்டாள் வள்ளி. விக்கிற்று. ஓர் அலுமினிய டம்ளரில் தண்ணீர் கொடுத்தாள்.

'என்னை மன்னிச்சிடு ஆயா...' வள்ளி கண்கலங்கினாள்.

'முதல்ல சாப்பிடு' என்றாள் ஆயா. வறுமையும் பசியும் ஓரளவு தன் குடும்பத்துக்கு விடிந்தாயிற்று. பாவம் இவளுக்கு என்ன பிரச்சனையோ?

தட்டைக் கழுவி வைத்த வள்ளி போகவில்லை.

‘ஒரு வாரமா எனக்கு சுரம் ஆயா... மலைப்பாளையம் தர்மாஸ்பத்திரியில மாத்திரை குடுத்தான். மலேரியாவாம். சுரம் நின்னுடிச்சு. நாக்கெல்லாம் ஒரே கசப்பு.’

‘மாமியார்க்காரி கிட்டே சொல்லி கஞ்சி வெச்சுக் கொடுக்க சொல்றதுதானே...’

‘வீட்டுல அரிசி இல்லே. லாரியிலே முட்டையோட போனாரு அவரு. அவரு போனாலே வீட்டுல அடுப்புல பூனை தூங்குது. கைக்குழந்தைக்காரியாச்சே... பால் சுரக்கணுமே அந்தப் பச்சப்புள்ள பசிக்கி...’

வள்ளி இப்போது குலுங்கக் குலுங்க அழ ஆரம்பித்தாள்.

‘காலையிலகூட மாமியார்க்காரிதான் உன் குடத்தை எடுத்து என்னுதை வெச்சிருக்கா. எனக்கு பிறகுதான் தெரியும்’ அழுகையோடு அழுகையாகச் சொன்னாள் வள்ளி.

‘அளுவாதே. அனாதிகளுக்கு தெய்வம் துணையிம்பாங்க. உங்க குலதெய்வம் என்ன?’

‘குலதெய்வம்னா என்ன ஆயா?’

‘உங்கப்பா வீட்டுல எந்த சாமிக்கோயிலுக்கு நல்லது கெட்டதுன்னா வேண்டிக்கிவாங்க?’

‘துறையூர் பெருமாள் மலையில் இருக்கற வெங்கடாசலபதி.’

‘அது ரொம்ப தூரம். இங்கேயே ஒண்ணு செய்யலாம். செய்றியா?’

‘சொல்லு ஆயா.’

‘இங்கே இருக்கற அனுமார் கோயிலுல சாயங்காலம் அய்யர் கோயிலை திறக்கும்போது போயி புதுசா ஒரு அகல் வாங்கி திரிபோட்டு விளக்கை ஏத்து. எண்ணெய் அங்கேயே இருக்கு.’

‘உன் புருஷன் வர்ற மட்டும் எப்ப வேணும்னாலும் வந்து சாப்பிடு. என் பேரனை ஜவ்வரிசி வாங்கியாரச் சொல்றேன். அதுல கஞ்சி வெச்சுக் குடி. பாலு நல்லா சுரக்கும். இனிமே புருஷன் ஊருக்கு கிளம்பினாலும் இருந்தாலும் உனக்குன்னு அஞ்சு இல்லாட்டி பத்துன்னு கேட்டு வாங்கி வெச்சுக்க.’

ஆயா வீட்டிலிருந்து கிளம்பிய வள்ளிக்கு அகல் விளக்குக்கு என்ன செய்வது என்று தெரியவில்லை.

ஏற்கெனவே வாயில் வந்தபடி பேசியவளுக்கு ஆயா செய்த உதவி மிக அதிகம்.

பானை செய்து விற்கும் குடிசைக்காரர்கள் இருவர் மூவர் இருந்தனர். ஓர் அகல் அவர்கள் கொடுக்க வேண்டுமே.

வீட்டில் சென்று தேடியதில் இன்னும் இரண்டு ரூபாய் தேறியது. குழந்தையை இடுப்பில் தூக்கிக்கொண்டு கிடைக்கும் இடத்தைக் கண்டுபிடித்து இரண்டு அகல்கள் வாங்கிக்கொண்டாள்.

சாமி சாப்பிட வந்தபோது, 'ஆயா... உனக்கு ஒரு நல்ல விஷயம் தெரியுமா? செட்டியாரு மளிகைக்கடை வாசல்லேயே அம்மா காய்கறிக்கடை போட்டுக்கலாம்னுட்டாரு.'

'பரவாயில்லையே, வாடகை எவ்வளவாம்?'

'வாடகை வேணாமாம். சரக்கை வந்து இலவசமா நான் ஒரு நடை தினமும் கொடுத்தால் போதுமாம். ஒரு நடைக்கு மேல போனா பைசா தரேன்னாரு...'

'பரவாயில்லை. மார்க்கெட்டு வாசல்ல போலீஸு கெடுபிடி ஜாஸ்தி. இது தொல்லையில்லாத வேலை.'

'ஆயா, அவரோட துணிக்கடையில பொம்பள ஆளு வேலைக்கி வேணுமாம். மாதம் மூவாயிரம் தர்றாராம்... செண்பகத்தை அனுப்பலாமா?'

'வாயை மூடுடா. அவளாவது படிக்கட்டும். ஆள் இருக்கு.'

விளக்கை ஏற்றிய செய்தி சொல்ல வந்த வள்ளியிடம் ஆயா சொன்னாள். 'ஒருநாள் விளக்கு போட்டதிலேயே உன் வறுமை விடிஞ்சது பாரு. உனக்கு வேலை கிடைச்சாச்சு.'

12

வரகுடி பஞ்சாயத்துத் தலைவர் ராமலிங்கம் ஃபோனில் காத்திருந்தார் என்று மனைவி எழுப்பியபோது வாசுதேவன் குழப்பத்தோடுதான் எழுந்து வந்தார்.

ராமலிங்கத்தை ஜாதி சங்கக் கூட்டத்தில் பார்த்திருக்கிறார். மற்றபடி வாசுதேவனின் பணியெல்லாம் மலையோடும் மலைப் பாளையத்துக்காரர்கள் முருகன் கோயிலோடும் தொடர்புடைய நாகலிங்கபுரத்துக்காரர்களோடு மட்டுமே.

'வணக்கம் ஹெட் மாஸ்டர் சார்.'

உயர்நிலைப்பள்ளித் தலைமை ஆசிரியராக இருந்து ஓய்வு பெற்றதால் வாசுதேவனின் வயதைப் பலராலும் அனுமானிக்க முடிந்தது. ராமலிங்கம் வயதில் இளையவர், ஒரே ஜாதிக்குள் ஜாதியைச் சொல்லி வணங்குவதும் பழக்கமில்லை. அதனால் தான் பொதுப்படையாக ஹெட் மாஸ்டர் என்கிறார்.

'வணக்கம் ராமலிங்கம்.'

'ஐயா, என்னை சங்கக் கூட்டத்திலே பார்த்திருக்கீங்க. நான் வரகுடி பஞ்சாயத்து பிரெசிடெண்ட்டுங்க.'

'அடிக்கடி பேச முடியாதுல்ல. இப்பம் பேசினது சந்தோஷம். சொல்லுங்க ராமலிங்கம் என்ன விசேஷம்?'

‘ஐயா நேத்திக்கி ராத்திரி டிவில நம்ம ஊரு, மலை கோயிலு பத்தியெல்லாம் வந்த ப்ரோகிராம்ல உங்க பேட்டி ரொம்ப நல்லாயிருந்ததுங்க. ஐயாவை நேர்ல பார்த்து வாழ்த்தி ஆசிர்வாதம் வாங்கிட்டு போவலாம்னுதான்.’

வாழ்த்தப்போகிறேன், ஆசிர்வாதம் வாங்கப்போகிறேன் என்று இரண்டையுமே சொல்லுங்கறான்.

‘வாங்க, வாங்க... எப்ப வராப்டி?’

‘இப்பவே வரலாமுங்களா?’

‘வாங்க.’

‘நன்றிங்கய்யா.’

முதல்நாள் இரவு டிவியில் நிகழ்ச்சி ஒளிபரப்பாகி முடிந்தபோதே நிறையபேர் தொலைபேசியில் வாழ்த்துத் தெரிவித்தார்கள். இந்த ஆள் நேரில் வருவதில் வேறு ஏதோ உள்நோக்கம் இருக்க வேண்டும்.

‘இரு மலை - இரு நகரம் - ஒரு பாலம்’ என்று ஒரு நிகழ்ச்சி டிவியில் தயாரித்து வந்தார்கள். அடிக்கடி கோயிலை, மூணுகல் பாலத்துக்குப் பதிலாக வந்துள்ள புதுப்பாலத்தை எல்லாவற்றையும் கேமராவில் பிடித்துப் போனார்கள். நிறைய பேரைப் பேட்டி கண்டார்கள். ‘சிறுதுளி சேவை மையம்’ என்னும் வாசுதேவனின் தொண்டு அமைப்பைப் பற்றிக் கேள்விப்பட்டு அவரைப் பேட்டி எடுக்க வந்தார்கள். சிறுதுளி சேவை மையம் வெகுநாளாக செய்து வந்ததெல்லாம் ஒரு தண்ணீர்ப் பந்தல் வைத்து நிஜமாகவே அதில் தண்ணீர் குடிப்பதற்குக் கொடுத்து வந்ததுதான். மற்றபடி சிறுசிறு காரியங்களை ஏற்பாடு செய்திருந்தார். பெயருக்கேற்ற மாதிரியே அந்த முயற்சிகளெல்லாம் சிறுசிறு துளிகளாய்தான் தனித்து நின்றன. பெருவெள்ளமாக்க முடியுமா என்று தெரியவில்லை.

முகம் கழுவி, காபி குடித்துக் குளிக்கும்போதும் இந்த ராமலிங்கம் எதற்காக வருகிறான் என்ற கேள்வி மனதுள் எழுந்தபடி இருந்தது.

இன்னொரு முறை பேட்டியை அவருக்கே போட்டுப் பார்க்க வேண்டும் என்று தோன்றியது. வீடியோ ப்ளேயரை இயங்கச் செய்தார். முருகன் கோயில், முனீஸ்வரன் கோயில், புதுப்பாலம்,

மலையில் வரும் பக்தரின் அலைமோதும் கூட்டம், அவர்களின் காவடிகள், பால்குடங்கள், நம்பிக்கைகள் என்று முதலில் சில காட்சிகள் ஓடின.

முருகன் கோயிலில் பூஜை செய்யும் அய்யர், டிரஸ்ட்டின் முக்கியஸ்தர்கள், மலைப்பாளையம்-நாகலிங்கபுரம் ஊராட்சித் தலைவர்கள் எனப் போட்டு நிறைய பேரை எடுத்திருந்தார்கள். பக்தர்கள், பொது மக்களையும்தான். எல்லோருமே டிரஸ்ட்டை மிகவும் பாராட்டினார்கள்.

வாசுதேவனை பேட்டி எடுக்க இருக்கிறார்கள் என்பதை முன்னரே ஊராட்சி மற்றும் டிரஸ்ட் முக்கியஸ்தர்கள் கோடி காட்டியிருந்தார்கள். என்றாலும் பேட்டி எல்லாம் கொடுத்துப் பழக்கமில்லாததால் வாசுதேவனுக்கு பயமாகதான் இருந்தது.

பேட்டி ஆரம்பித்துவிட்டது.

'ஐயா, நீங்கள் ஆசிரியர் பணியிலிருந்து ஓய்வு பெற்ற பிறகு இந்தப்பகுதி மக்களுக்கு சிறுதுளி சேவை மையம் என்ற அமைப்பின் மூலமாக தொண்டு செய்து வருகிறீர்கள்... அது பற்றி?'

'பிறருக்கு நன்மை செய்ய வேண்டும் என்று நினைப்பவர்கள் நிறைய இருக்கிறார்கள். அந்த எண்ணம் செயலாவதற்கு ஓர் அமைப்பு தேவைப்படுகிறது. சிறுதுளி பெருவெள்ளமாகும் என்பார்கள். நான் சிறுசிறு பணிகளைச் செய்து வருகிறேன். அவ்வளவுதான்.'

'தங்கள் பணிகள் பற்றி கொஞ்சம் விவரமாகக் கூறுங்கள்.'

'நிரந்தரமாக ஒரு தண்ணீர்ப்பந்தல் இயங்கி வருகிறது. நகர்ப்புறங்களிலிருந்து டாக்டர்கள் வந்து இலவச மருத்துவ முகாம் நடத்தி இருக்கிறார்கள். விதவைகள், ஏழைகள் இவர்களுக்கு ஏதேனும் ஜீவனோபாயமாக தொழில் நடத்த வங்கிக் கடனுக்கு ஏற்பாடு செய்திருக்கிறேன்.'

'முருகன் கோயிலுக்கு ஒரு டிரஸ்ட் அமைப்பதிலும் மலை மேல் பாலம், சாலை அமைய நீங்கள் நிறைய முயற்சி எடுத்துள்ளீர்கள். அதுபற்றி...'

'பழனி மலைக்கு போக எல்லோரும்தான் விரும்புகிறார்கள். சிலருக்கு பண வசதி இல்லை. பலருக்கு நேரம் அமைவதில்லை.

எங்கள் நாகலிங்க மலை முருகன் அனைவருக்கும் அருகில் அருள் தருபவராயிருக்கிறார். கோயில் பல காலமாகவே இருக்கிறது. பஞ்சாயத்திலும் உடனடியாக வசதி செய்துதரும் அளவு நிதி இல்லை. பக்தர்களின் ஒரு டிரஸ்ட் இதைச் செய்ய முடியும் என்று தோன்றுகிறது.'

'இவ்வளவு பெரிய சாலை, கோயில் கும்பாபிஷேகம் என்று நிறையவே செலவாகி இருக்குமே... எப்படி சமாளித்தீர்கள்?'

'இங்கே உள்ள பொதுமக்களில் வசதியுள்ளவர்கள் ஆயிரம் பேரை தேர்ந்தெடுத்து ஆளுக்கு ஆயிரம் ரூபாய் தரவேண்டும் என்று வலியுறுத்தினோம்.'

'உங்கள் மாணவர்களே பெரும்பகுதி என்பதால் ஒரு பயத்துடன் தந்தார்களா?' (பேட்டி எடுக்கும் பெண் சிரிக்க முற்படுகிறார்.)

'எல்லோருமே முன்வைந்து கொடுத்தார்கள். மலைமீது சாலை அமைப்பது பெரிய சவாலாக இருந்தது. பிறகு சில வங்கிகள் கடன் தர முன்வந்தார்கள். பிறகு வரும் பக்தர்கள் தரும் நன்கொடையில் அதைக் கட்டி விட்டோம்.'

'பல காலமாகவே கோயில் கட்டுவது வேலைவாய்ப்பாகவும் ஒரு புண்ணிய காரியமாகவும் கருதப்படுகிறது. இதற்கு காரணம் என்ன?'

'இறைவன் எங்கும் நிறைந்தவன்தான் என்றாலும் அவனுக்கும் மனிதனுக்கும் இடையே தொடர்பு தேவைப்படுகிறது. விக்கிரகமும் கோயிலும்தான் அதை பூர்த்தி செய்கின்றன. வாழ்க்கையின் துன்பங்களையும் சோதனைகளையும் தாண்டி எதிர்நீச்சல் போட கைதூக்கிவிடும் ஒரு கை தேவைப்படுகிறது. அதுதான் இறைவனின் வடிவமான விக்கிரகம்.'

'அன்னசத்திரம் ஆயிரம் செய்தல், ஆலயம் பதினாயிரம் நாட்டல் இதையெல்லாம் விட ஓர் ஏழைக்கு எழுத்தறிவிப்பது புண்ணியம் என்று பாரதியார் பாடி இருக்கிறாரே..?'

'உண்மைதான். பாரதியார் பாட்டை நானே பசங்களுக்கு சொல்லியும் கொடுத்திருக்கேன். ஆனா கோயில்ங்கறது நல்லொழுக்கத்தை மக்களுக்கு இளைஞர்களுக்கு உறுதி செய்யற இடமாகவும் இருக்கு. அதனால கோயில்களின் வழிபாட்டின் நல்ல பயனெல்லாம் தனி மனிதன் சமுதாயம்

இரண்டையுமே போய்ச்சேருது.'

திடீரென்று பேச்சுத் தமிழுக்கு தான் மாறிவிட்டதை வாசுதேவன் கவனித்தார்.

'நம்ம நாட்டுல இன்னும் நிறையவே வேலை வாய்ப்பில்லாதவங்க இருக்காங்க. நிறைய ஊர்ல குடிக்கத் தண்ணி கிடையாது. நல்ல சாலைகள் கிடையாது. அப்டி இருக்கும்போது கோயில், விக்கிரகம், தேர், திருவிழான்னு பணம் முடக்கப்படுவது சரிதானா?'

'சரி. இந்த ஊரையே உதாரணமா எடுத்துக்கங்க. முருகன் கோயிலை எடுத்துக் கட்டிய பிறகுதான் இந்த அளவு மக்கள் போக்குவரத்து அதிகமாச்சு. நிறைய வேலைவாய்ப்பு, வியாபாரம் இங்கே பெருகி இருக்கு.'

'அப்ப எல்லா ஊரிலேயும் கோயில் கட்டணும்கறீங்களா?'

'இல்லை. கோயிலையும் கட்டலாம். தொழிற்சாலையும் கட்டலாம். மனசு வச்சா நிறையவே செய்யலாம். இப்போ நம்ம நாட்டுல தேர்தல் சம்பந்தமா நிறையவே செலவாகுது. ஜனநாயகத்தை நாம் பெரிதும் மதிப்பதால அதுக்கான செலவை ஏத்துக்கறோம்.'

'நீங்க நழுவறீங்க. கோயில்களை விட கல்வி, மருத்துவம், குடிநீர், சாலை வசதி உடனடித் தேவை இல்லையா?'

'தேவைதான். ஆனா அது அத்தனையையும் ஈடுகட்டற அளவு ஒண்ணும் கோயில்களுக்காக செலவாகி விடலை...'

வாசலில் அழைப்பு மணி அடிக்கும் சத்தம். வீடியோவை அதே இடத்தில் நிற்க வைத்துக் கதவைத் திறந்தார் ராமலிங்கம்.

'வாங்க, வாங்க...'

வாசுதேவனின் மனைவி காப்பி எடுத்து வந்தார். ராமலிங்கம் அவரிடம் ஒரு பை நிறைய மாம்பழங்களைக் கொடுத்து கைகூப்பி வணங்கினார்.

'ஒரு நிமிஷம் இது முடிஞ்சிடட்டுங்களா?' வீடியோவை மறுபடி இயக்கினார் வாசுதேவன்.

'கோயிலுக்கு ஆகற செலவைப்போல பல மடங்கு முதலிட்டு

எல்லாவற்றையும் தூக்கி நிறுத்தி ஏழ்மையை அடியோடு விரட்ட நம்மால முடியும்.'

'எப்படின்னு விளக்கமா சொல்லுங்க.

'ஒரு படத்துக்கு ஐம்பது, அறுபது கோடி வரை செலவு செய்ய ஒரு ப்ரொட்யூசர் முன் வராரு. எப்படி முடியுது? இத்தனை பணம் மக்கள் கிட்டேயிருந்து 'கலெக்ட்' ஆகி வந்துடும்ங்கற நம்பிக்கைதானே! இதேபோல சிறிது பெரிதுமாக தொழில் தொடங்க நம்பிக்கை உள்ளவங்க முன் வரணும். உடனே சரியாகாமல் போகலாம். காலப்போக்கிலே வறுமையே இல்லாமப்பூடும்.'

'இந்த கோயில் கட்டற பணி முடிஞ்சிட்டுது. அடுத்தது என்ன?'

'மலைப்பாளையம், நாகலிங்கபுரம் ரெண்டு ஊர் ஏரியையும் ஆழப்படுத்த எண்ணம். முருகன் அருள் மூலமா அதுவும் முடிஞ்சிடும்.'

'ரொம்ப நன்றி ஐயா.'

வீடியோவை நிறுத்தினார்.

'ரொம்ப அழுத்தந்திருத்தமா ஆணித்தரமா பதில் சொன்னீங்க ஐயா.'

'எல்லாம் முருகன் அருள் தம்பி. சொல்லுங்க, எதுல வந்தீங்க?'

'பைக்லதான். டிவியைப் பாத்ததிலேருந்து உங்களை நேர்ல பாக்கணும்னு ஓர் ஆர்வம்.'

வாசுதேவனுக்கு ஏனோ இன்னமும் நம்பிக்கை ஏற்படவில்லை. காலை நடைபோகும் நேரம்.

'வர்றீங்களா, நடந்துக்கிட்டே பேசலாம்' என்றபடி எழுந்தார். ராமலிங்கமும் பின்தொடர்ந்தார்.

வாசுதேவனின் வீடு மலைப்பாளையம் முடியும் இடத்தில் தமிழ்நாடு வீட்டுவசதி வாரியம் ஏற்படுத்தித் தந்த மனைகள் பகுதியில் இருந்தது.

ராமலிங்கம் மனதில் ஏதோ இருக்கிறது என்று வாசுதேவனுக்குப் புரிந்தது. ஊருக்குள் போனால் இன்னும் பலர் பேச்சுக்குப் பிடித்துக் கொள்ளலாம். மலைப்புறம் நோக்கி நடந்தார்.

ராமலிங்கம் நிறையவே முகப்புகழ்ச்சி செய்தபடி கூடவே வந்தார்.

நாமக்கல் சாலையில் நடந்தார்கள். லாரிகளும் பேருந்துகளும் காதைச் செவிடாக்கும் ஒலி எழுப்பியபடி சென்று கொண்டிருந்தன. மலையை ஒட்டியபடி ஒரு கிளைப்பாதை பிரிந்தது. அதில் சந்தடி குறைவாயிருக்கும் என்று தோன்றியது. அந்த வழியே நடந்தனர்.

சிறிது தூரம் சென்ற உடன் 400, 500 குடிசைகள் இருக்கும் குப்பம் தென்பட்டது. குப்பத்தின் பின்பக்கம் உயரத்தில் ஒரு கோயில் தென்பட்டது. 'கிரில்' கம்பிகள் வைத்து படிக்கட்டுகளுடன் இருந்தது.

'அனுமார் விக்கிரகம் பெரிசா சினிமாக்காரங்க வெச்சதுங் கறாங்களே... அதுவா இது?'

'ஆமாங்க' என்றார் ராமலிங்கம்.

குப்பம் இருந்த இடத்தில் எதிர்ப்பக்கம் காலியாகதான் கிடந்தது. ஒரு கோழிப்பண்ணையும் ஆட்டுப்பட்டியும் தென்பட்டன. நிறைய பாறைகளுடன் இருந்தது. இல்லையேல் ஒரு குப்பம் வந்திருக்கும்.

சற்றே நடந்தபோது தமிழ்நாட்டின் புகழ்பெற்ற தற்கால நான்கு கதாநாயக நடிகர்களின் பெயரில் ரசிகர்மன்றம் என்ற பெயரில் பெயின்ட் அடிக்கப்பட்ட அறிவிப்புப் பலகைகள் இரும்பில் எழும்பி நின்று கொண்டிருந்தன. அவற்றை ஒட்டி ஒரு தகரக் கொட்டகை பத்தடி உயரம் 15x15 பரப்புடன் தென்பட்டது. ஒரு தூணில் பெரிய நிலைக்கண்ணாடி, கரலாக்கட்டை, இரும்பு பாரக் கம்பிகள், பஸ்கி எடுக்கும் தண்டுகளுடன் ஓர் உடற்பயிற்சி மையம் தென்பட்டது.

'இவனுங்களுக்கு தாழ்த்தப்பட்டவங்க சங்கம்னு போட்டுக்கறதுல ஏதோ வெக்கம். அதான் சினிமாக்காரன் பேர்ல ரசிகர் மன்றம் ஆரம்பிக்கறானுங்க' என்றார் வாசுதேவன்.

'இந்த கோயிலைப் பத்தி உங்ககிட்ட பேசணும்னு நெனச்சேன்யா' என்றார் ராமலிங்கம்.

'என்ன விஷயம்?'

‘இது வரகுடி பஞ்சாயத்து எல்லைக்குள்ளே வருது.’

‘சில இடம் வனத்துறைகிட்டே வரும். அப்போ அவங்களை அணுகிதான் எதையும் செய்யமுடியும். மரத்தை வெட்டாத வரை வழிபாட்டுக்கு தடை இருக்காது’ என்றார் வாசுதேவன்.

‘இல்லீங்க, இது கிட்டத்தட்ட அடிவாரத்துல வருது. ஆனா குப்பத்துக்குள்ளே புகுந்து போகற மாதிரி இருக்கு.’

‘யாரோ ஓர் அய்யர் சின்னப்பையன் பட்டணத்திலேருந்து வந்து பூஜை பண்ணறாராமே... அது எப்படி?’

‘சினிமாக்காரங்க யாரோ இதை கட்டினாங்களாம். அப்படியே விடக்கூடாதுன்னு ஈராயிரமோ மூவாயிரமோ சம்பளம் கொடுத்து அந்தப் பையனை அமர்த்தி இருக்காங்க.’

வாசுதேவன் யோசித்தபடியே நடந்தார். சிறிது தயங்கிய ராமலிங்கம், ‘ இந்தக் கோயிலை முருகன் கோயில் மாதிரி கொண்டுவர முடியுங்களா? 36 அடி அனுமாருங்க.’

‘கொஞ்சம் சிக்கலானது, அந்த குப்பத்துக்காரனுங்களும் இங்கே கும்புடறானுங்க?’

‘ஆமாங்க. பொம்பளங்க நிறைய அகல் விளக்கு ஏத்தி கும்புடறாங்க. கோயில்ல இருக்கற துளசிக்கு தண்ணி ஊத்தி கும்பிடறாங்க. ஒரு மாரியம்மா ஃபோட்டோவையும் ஒரு பக்கம் மாட்டி கூழு காச்சி ஊத்தறானுங்க. உறுமி மேளம் போட்டுக் கொண்டாடறானுங்க. நடிகர் பிறந்த நாள்னா அன்னிக்கு மைக் செட்டு வெச்சி சாமிகிட்டே இருக்கற இடத்துல சின்னப் பசங்களுக்கு மாறுவேடப் போட்டி, பொம்பளைங்களுக்கு கோலப் போட்டின்னு கொண்டாடறானுங்க.’

‘இந்த இடத்துக்கு வந்துபோற அய்யர் மட்டும்தான் நமக்கு துருப்புச் சீட்டு. கொஞ்ச நாளில நம்ம ஜனங்க வந்து போக ஆரம்பிச்சா மெதுவா கோயில நல்ல கட்டுப்பாட்டுல கொண்டு வந்துடலாம்.’

13

'அன்புள்ள சீனுவுக்கு,

ப்ரணாமங்கள்.

மிகுந்த தயக்கத்தோடுதான் சீனு என்ற உங்களின் பெயரைச் சொல்லி எழுதுகிறேன். வருங்கால அகமுடையவர் பெயரைச் சொல்லி அழைப்பது தப்புதான். அதே சமயம் அன்புக்கணவருக்கு என்று எழுதவும் இயலவில்லை. இன்னும் என் அப்பா மடியில் நான் மடிசார் கட்டிக்கொண்டு அமர மங்கள வாத்தியம் முழங்க தங்கள் கரங்களால் மாங்கல்யதாரணம் ஆகவில்லையே!

ஏதேனும் ஒரு சாக்கில் நானும் உங்கள் போர்ஷனுக்குப் போய்க் கொண்டுதான் இருக்கிறேன். அம்மா நலமாக இருக்கிறார். அப்பா வழக்கம்போல ராத்திரி பத்து மணிக்குதான் ஆபீஸ் முடிந்து வருகிறார். உங்கள் தங்கை ராஜீதான் நீங்கள் இல்லாமல் மிகவும் வாடிவிட்டாள். அவளுக்கு இந்த வருடம் +2. இப்போதாவது நிமிஷத்துக்கு ஒருமுறை 'எவன் கையிலையாவது உன்னை பிடிச்சுக் குடுக்கணுமேடி' என்று அம்மா புலம்பி வருகிறார்.

குறைந்தபட்சம் அவள் டிகிரி படிப்பாவது முடிக்க வேண்டாமா? என் போர்ஷனுக்கு அழைத்துப் போய் அவளுக்கு மேத்ஸ் சொல்லித் தருகிறேன். என் அம்மாவுக்கு அவளுடன் நான் ரொம்ப இழைவது

குறித்து சந்தேகம்தான். என்றாலும் நீங்கள் ஊரில் இல்லாததால் அது மேற்கொண்டு ஊர்ஜிதமாய் மனதுக்குள் வளரவில்லை.

ராஜீக்கு படிப்பு சொல்லித் தருகிறேன். ஆனால், சிலசமயம் நான் ஆபீஸிலிருந்து வீட்டுக்கு வருவதற்குள் மணி எட்டரை ஒன்பது கூட ஆகிவிடுகிறது. நாட்டில் வேலை தேடி அலைபவர்கள் அதிகமாக அதிகமாக ஜெராக்ஸ் கடையில் வேலை அதிகமாகிறது. (அடுத்தமாதம் முதல் நான் கம்ப்யூட்டரில் டேட்டா என்ட்ரி செய்தால் போதும். ஆயிரம் ரூபாய் அதிகம் தருகிறார்கள்.) அந்த மாதிரி நான் வந்து முகம் கழுவித் தயார் ஆவதற்குள் இரண்டு வீட்டிலும் எல்லா டிவி சீரியலும் ஆரம்பித்துவிடுகிறது. நானும் அவளும் மொட்டை மாடியில்தான் படிக்கிறோம்.

நடுவில் உங்களுக்கு உடம்பு சரியில்லை என்று தெரிந்து இரண்டு நாட்கள் இரவெல்லாம் அழுதேன். ஏன் கண்ணா இத்தனை கோபம்? 4000 ரூபாய் சம்பளத்தில் வெளியூரில் ரூம் எடுத்துத் தங்கி கோயிலில் பெருமாளுக்கு சேவை செய்கிறீர்கள். ஆனால் அதில் 2500 ரூபாய் அகத்துக்கு அனுப்பி விடுகிறீர்கள். மீதி 1500ல் வாடகை போக 1000 தேறுமா? இது ஒரு புருஷாள் சாப்பிட்டு சௌக்கியமாய் ஜீவனம் நடத்தப் போதுமா?

நீங்களே தளிகை பண்ணி சாப்பிடுவதாய்க் கேள்விப்பட்டேன். இங்கே ஒரு ஆயிரம் குறைவாகக் கிடைத்தாலும் பரவாயில்லை என்று வந்துவிட்டால் நானும் சம்பாதிக்கிறேன். ராஜீ கல்யாணத்துக்குக்கூட சேர்க்க முடியும். நீங்கள் ஒருமாதம் வேலை இல்லாமல் இருந்ததற்கு அப்பா உங்களை அந்த அளவு கோபித்துக் கொண்டிருக்க வேண்டாம்தான். உடனே இது கிடைத்தது என்று கிளம்பிப் போய்விட்டீர்கள்.

காரடையான் நோன்பு அன்று என் அம்மாவும் மன்னியும் சரடு மாற்றிக் கொண்டபோது நான் நூல் கயிறு கட்டிக் கொண்டேன். போன நோன்பின்போது உங்கள் வீட்டுக்கு வந்து உங்கள் முகத்தைப் பார்த்து மானசீகமாக உங்களை நமஸ்காரம் செய்து என் கையால் செய்த உப்படையும் வெல்ல அடையும் தந்துவிட்டுப் போனேன். இந்தமுறை நீங்கள் ஏதோ ஒரு குக்கிராமத்தில்... நான் இங்கே.

எதை எதையோ எழுதி முக்கியமான விஷயத்தை மறக்கிறேன். என்னுடைய அண்ணாவின் ஆபீஸில் ஒரு வேகன்சி வந்துள்ளது. அவன் உங்கள் பயோடேட்டாவைக் கொடுத்திருக்கிறான். தந்தி

கொடுத்தால் நீங்கள் கிளம்பி வர வேண்டும். 5000க்கும் மேல் 6000 வரை சம்பளம் மற்றும் பேட்டா சேர்ந்து கிடைக்குமாம். பேங்க் போய்வரும் வேலை, ஆர்டர்புக் செய்துவரும் வேலை என வண்டியில் போய்வர வேண்டி இருக்கலாம். நல்ல நாணயமான ஆளாகத் தேடி வந்தார்கள். அடுத்த மாதம் ஹெட் ஆபீஸிலிருந்து எம்.டி வரும் போது அப்ரூவல் ஆகிவிடுமாம்.

கண்ணா, நீங்கள் மெட்ராஸ் வந்து இந்த வேலையில் சேர்ந்து 'பைக்' வாங்கத்தான் போகிறீர்கள். நான் உங்கள் பின்னால் உட்கார்ந்து வரத்தான் போகிறேன்.

நீங்கள் 1974ல் பிறந்தவர். இப்போது 30 வயதும் ஆகிவிட்டது. எனக்கும் 25 வயது ஆகிவிட்டது. இப்போது எனக்கு மனைவி என்ற ஸ்தானம் தரவேண்டுமில்லையா நீங்கள்? இந்த வேலையில் நீங்கள் சேர்ந்த உடனேயே இருவர் அகத்திலும் சொல்லிவிடலாம் ராஜா. என்னடா சதா கல்யாணம் கல்யாணம் என்று அரிக்கிறாளே என்று நினைக்கிறீர்களா?

ஆண்டாள் போலவோ கன்னியாகுமரி போலவோ என்னால காலமெல்லாம் காத்திருக்க முடியாது கண்ணா. நான் ஒரு சாதாரண மனுஷி. அன்றைக்கு கடற்கரையில் நீங்கள் சொன்னீர்களே 'பிரியம்தான் தாம்பத்யம். அந்த விதத்திலே இப்பவே நீ என் மனைவிதான்' என்று.

இந்த தாம்பத்யம் இப்படி கடிதப் போக்குவரத்து, கவலை, கண்ணீர்னு போயிடக் கூடாது ராஜா. உங்கள் திறமைக்கு நீங்கள் நன்றாக மேலே வருவீர்கள். குழந்தைகள் குதூகலம் என்னும் பரிபூரண தாம்பத்யத்துக்கு நான் ஆசைப்படுவது நியாயம்தானே ராஜா!

இன்னொன்று சொல்ல மறந்துவிட்டேன்.

சிறை
சிறகும் சிறைதான்
மணல் வீடு
கட்டியது
மட்டுமே சரி

என்ற கவிதை நீங்கள் சந்தா அனுப்புகிற ஒரு பத்திரிகையில் வந்துள்ளது. ராஜீ மகிழ்ந்து போனாள். எனக்குதான் இதற்கு அர்த்தமே புரியவில்லை. உங்களோடு ஒப்பிட்டால் நான் மக்குதானே. தயவுசெய்து பதிலை என்னுடைய அலுவலக முகவரிக்கு எழுதுங்கள்: Modern Systems, 25, 7th Cross, Anna Nagar, Chennai - 600 040.

ஸ்ரீனிவாசன் இந்தக் கடிதத்தைத் திரும்பத் திரும்பப் படித்துப் பார்த்தான்.

கடந்த ஒரு வருடமாகவே அவன் மனதுக்குள் தன் அடையாளம் பற்றிய போராட்டம் நடந்து வந்தது.

இப்போது இந்தப் பெண் தன்னைச் சுற்றி அவளது வாழ்க்கையை, எதிர்காலத்தை, கனவுகளைப் பின்னுகிறாள்.

ஐம்பது வயதுக்கு மேல் ஆகிற அப்பாவுக்கு இரவு ஓய்வெடுக்கும் இடமாக எரிச்சலூட்டும் தொல்லைகள் தருவதாக வீடு தென்படுவது ஏன் என்று பலமுறை அவன் வியந்ததுண்டு.

லட்சுமியை அவன் எவ்வளவு தூரம் நேசிக்கிறான்? நேசிப்பதாகச் சொன்னால் அது எந்த நிலையில்? கடந்த மூன்று வருடமாகவே தன் அடையாளம் பற்றி, யுகயுகமாக பிராமணர்கள் பேணி வரும் வாழ்க்கைமுறை பற்றி, தனது நுண்ணுணர்வும் மதிப்பீடுகளும் மாறிவரும்போது லட்சுமி எங்கே நிற்கிறாள்? சென்னையிலிருந்து வெளியேறி வெளியே வேலை செய்யும் வாய்ப்புக் கிடைத்தவுடன் அதை ஏற்ற காரணம் என்ன? நேற்று வேலையே தேடி இருக்க முடியாதா?

ஒரு நிமிடம் அனுமனின் விக்கிரகத்தை நிமிர்ந்து பார்த்தான். மாதம் ஒருமுறை அபிஷேகம். அதுவும் ஊருக்குள் அறிமுகமான ஓரிருவரைக் கெஞ்சி அழைத்துவந்து நடத்தி வைப்பதோடு சரி. அவனே துவைத்து அணிவிக்கும் கறைபடிந்த வேட்டி.

வடை மாலை சார்த்த இதுவரை யாரும் முன்வரவில்லை. குப்பத்துப் பூக்காரி ஒருத்தி தினமும் ஒரு துளசி மாலை தருகிறாள். இல்லையென்றால் அதுவும் துர்பலம். அவள் தரும் மாலை அனுமார் பாதத்தில் சார்த்தப்போதுமானது. பாதத்திற்குக் கீழே ஒரு கிரானைட் கல்துண்டு பதிக்கப்பட்டிருந்தது. அதன்மீது பூஜாபாத்திரங்கள்.

குடுமி வைக்காது ஆபீஸ் வேலைபோல எட்டுமணி முதல் சாயரட்சை பூஜை வரை செய்துவிட்டு தங்குமிடம் போய்விடும் என் முகமூடி என்ன? அர்ச்சகத் தொழிலாளியா?

என்னைக் கைப்பிடிக்க நினைப்பவளுக்கு நான் யார்? இந்த விக்கிரகத்தின் மீது ஏழை ஜனங்கள் வளர்த்துவரும் பக்திப்

பிரவாகத்திற்கு நடுவில் நான் யார்? இந்த விக்கிரகம் பின்னணியில் இருக்கும் யுகயுகமான கலாசாரத்தின் நீட்சியில் நான் யார்? வழிபாட்டு வழிகாட்டியாக, ஓர் இடைமனிதனாக எந்தத் தார்மிக அடிப்படையில் இதைச் செய்கிறேன். அடையாளம் பிடிபடாத குழப்பத்தோடு இந்தப் பிறவி முடிந்தால் பரவாயில்லை. நம்பிக்கைகளை, மனித மனதின் ஆழ்ந்த அச்சங்களை - அவை தேடும் பற்றுக்கோட்டை மையமாக்கிப் பிழைப்பு நடத்திய குற்ற உணர்வோடு சாவது என்பது மிகவும் கொடுமையானது.

லட்சுமிக்கு என் போராட்டம் பற்றிய அனுமானம் இருக்க வேண்டும். குறைந்தபட்சம் அவளுடைய வாழ்க்கையிலிருந்து விளையாடிய குற்றவுணர்விலிருந்து தப்பிக்கலாம். தப்பிப்பு சென்னையின் கேள்விகளிடமிருந்து வரகுடிக்குத் தப்பிப்பு. இங்கிருந்து? சினிமாப் பாடலாசிரியர் அனுமார் பூஜையில் அவன் காட்டிய ஈடுபாட்டைப் பாராட்டி ஒரு பாஸ்போர்ட் ஏஜென்ட் முகவரி கொடுத்தார். ‘அவன்கிட்டே போயி அவன் கேக்கற இடத்துல கையெழுத்துப் போட்டு ரேஷன் கார்டு நகல், உன் ஸ்கூல் சர்ட்டிபிகேட் நகல் எல்லாம் கொடு, அமெரிக்காவுல நீ பூஜை செய்ய ஏற்பாடு பண்ணிக்கிட்டிருக்கேன்.’ இது லட்சுமிக்குத் தெரியாது. ஏன்? தங்கை ராஜிக்கோ அப்பா அம்மாவுக்கோகூட தெரியாது.

ஜீவனுக்கும் ஜீவனத்துக்கும் நடக்கிற போராட்டம்தான் வாழ்க்கையோ? அடையாளம் பற்றிய தேடலும் அறச்சீற்றம் நீர்த்துப் போகாமல் பாதுகாத்துக் கொள்ளும் எச்சரிக்கை உணர்வின் அவஸ்தையே - அறிவுஜீவி எனத் தன்னை நினைத்துக் கொள்பவனின் இரட்டை நிலையே - எல்லா அவமானங்களின், புதிர்களின், கழிவிரக்கத்தின் விடைகளை ஒளித்து வைத்திருக்கும் திறவுகோலோ?

அன்பு லட்சுமி,

உன் கடிதம் கிடைத்தது. நம்பிக்கை தளராதே. ஸ்ரீமத் ராமானுஜர் முன்னால் ஒரு தர்மசங்கடம் வந்தது. மந்திர உபதேசம் செய்த குரு அது வேறு யார் காதிலும் படக்கூடாது குறிப்பாகத் தாழ்த்தப் பட்டவர்கள் காதில் சென்று சேரக்கூடாது என்று சொல்லி இருந்தார். அதை மீறிச் சொன்னால் அவருடைய தலை வெடித்துவிடும் என்று மிரட்டி இருந்தார்.

உலகம் உய்யும் மந்திரம் எல்லோருக்கும் போய்ச்சேர வேண்டும் என்றே ஸ்ரீமத் ராமானுஜர் முடிவு செய்தார். அதனால் அதை திருக்கோஷ்டியூர் கோபுர உச்சியிலிருந்து சொன்னார்.

ராமானுஜர்போல, பாரதியார்போல வாழ்ந்து காட்டும் வாய்ப்பு எனக்குக் கிடைத்திருக்கிறது.

ஒரு குப்பம் நிறைய உள்ள தாழ்த்தப்பட்ட மக்கள், கூலிக்காரர்கள் இவர்கள் இந்த அனுமானுடன் தங்களைத் தொடர்புபடுத்திக் கொண்டு வாழ்க்கையில் ஒரு புதிய பற்றுக்கோட்டை, வாழ்க்கைப் போராட்டத்தை நடத்திச் செல்ல ஒரு புதிய சக்தி மையத்தை இனங்கண்டு கொண்டிருக்கிறார்கள்.

பெண்கள் முழு நம்பிக்கையுடன் இங்கே அகல்விளக்கு ஏற்றுகிறார்கள். அது அணைந்து போகாதிருக்க மெட்ராஸில் விற்கும் கண்ணாடியில் லாந்தர் கிளாஸ் மாதிரி ஒரு பாதுகாப்பையும் வைத்து இரவில் இந்த இடம் கண்ணுக்கு அழகாக இருக்கிறது.

முதன்முதலில் இங்கே இருந்த குருக்கள் யாரையும் அண்டவிட வில்லையாம். இப்போது இங்கே அம்பேத்கர் பிறந்தநாள் விழா அன்று சாமிக்கு அருகிலேயே பக்திப் பாடல் போட்டி, மாறுவேடப் போட்டி, கோலப்போட்டி எல்லாம் நடக்கிறது.

ஒழுக்கம் பற்றிய நல்ல எச்சரிக்கை இவர்களிடம் இருக்கிறது. எனக்கு அர்ச்சனைத் தட்டில் பைசா போட முன்வந்த போதெல்லாம் தடுத்து விட்டேன். இவர்கள் நம்பிக்கை மிகவும் ஆழ்ந்தது. அப்பழுக்கில்லாதது. குழந்தைகளுக்கு நான் நல்வழி காட்டுவேன் என்று என்னை அறிவுரை சொல்லச் சொல்லி அழைத்து வருகிறார்கள். குழந்தைகளுக்குப் பெயர் வைக்க, நல்ல காரியம் செய்ய நாள் குறித்துத் தரச் சொல்லிக் கேட்கிறார்கள்.

இந்த நம்பிக்கையின் ஆழத்தை மீறி அன்பு வளையத்தை மீறி நான் வெளியே வர முடியுமா என்றே தெரியவில்லை. ஒரு முறை எனக்கு உடம்பு சரியில்லை என்று தெரிந்து செலவு செய்து பழம் வாங்கிக்கொண்டு நான் தங்கி இருக்கும் அறைக்கு வந்தார்கள். சமைத்ததை நான் சாப்பிடமாட்டேனோ என்று ஐயம். ஒருமுறை பெருமாளுக்கு நிறைய சர்க்கரைப்பொங்கல் நைவேத்தியம் செய்து எல்லோருக்கும் கொடுத்தேன். மிகவும் மகிழ்ந்து போனார்கள். என் வேலை பற்றி எழுதியிருந்தாய். சினிமா பாடலாசிரியர்

அமெரிக்காவில் பூஜை வேலைக்கு ஏற்பாடு செய்திருக்கிறார். விசா கிடைத்தால் உடனே கிளம்ப வேண்டியதுதான். பகவத் சங்கல்பம்.

உன் அன்பு

சீனு.

கடிதத்தை மீண்டும் ஒருமுறை படித்துப்பார்த்தான். தனது இன்னொரு முகமூடியின் வடிவமாகவே அது தென்பட்டது. எப்போது திருமணம் என்னும் அவள் கோரிக்கைக்கு அதில் பதிலே இல்லை. தனக்குள் நிகழும் மனப்போராட்டம் பற்றி அதில் கோடிட்டுக் காட்டவில்லை.

இந்த இடத்தில் நான் ஒரு புண்ணிய காரியம் செய்து வருகிறேனாக்கும் என்னும் ஓர் ஆணின் ஜபர்தஸ்து மட்டுமே தென்பட்டது.

இதே அடையாளக் குழப்பம் முகமூடிகளின் கவசம்தான் பின்தொடர்கிறது. சென்னையிலிருந்து கிராமத்துக்கு, இங்கிருந்து அமெரிக்காவுக்கு என்று தப்பித்துவிடலாம்.

எந்த மாதிரியான தனிமனித வாழ்க்கைக்கான, எந்த மாதிரியான சமுதாயத்திற்காக நான் பணிசெய்ய நினைக்கிறேன்? சமுதாயம் பற்றிய மந்தநேயம் மிக்க கனவுகள் என்னிடம் இருக்கின்றனவா?

14

'**சா**ப்பிடு கண்ணு. ஆயாக்கடை தோசை நல்லாதானே இருக்கு.'

மேலே ஓடும் மின்கம்பிகளிலிருந்து ஒயர் போட்டு இழுத்து அனுமார் கோயிலுக்கும் ஒரு பல்பு போட்டிருந்தார்கள். கோயிலுக்குள் இரும்புக் கிராதிகளுக்குள் அடித்த வெளிச்சம் நீண்ட நிழல்களோடு படிகளின் மீது பட்டு குப்பம் வரை நீண்டது.

'அம்மா... சாமி கல்லுதானே. அதுக்கும் ஏன் சோறு, பழம் எல்லாம் படைக்கறாங்க? நாம கூட கூழு காய்ச்சி ஊத்தறோம். ஏம்மா?'

'சாமி கல்லுன்னு நெனச்சா தாயி கும்புடறோம்...' செண்பகம் எதிர்க் கேள்வி போட்டாள்.

குழந்தையால் பதில் சொல்ல முடியவில்லை.

'சாமியை கல்லுல கும்புடும்போது அதுல சாமி வந்து எல்லாந்தரணும்னுதானே நெனக்கறோம்.'

'சாமி எப்டி சாப்பிடும்னுதான் நான் கேட்டேன்' குழந்தை விடவில்லை.

செண்பகம் இதுநாள் வரை தனக்கு ஏன் இந்த மாதிரிக் கேள்விகள் எல்லாம் தோன்றவே இல்லை என்று யோசித்தாள். அப்போது

பள்ளிக்கூடம் போகும் பெண்பிள்ளைகள் மிகவும் குறைவு. இப்போது பள்ளிக்கூடம் போகும் பிள்ளைகளால் மிகவும் அதிகமாகச் சிந்தித்து விவாதிக்க முடிகிறது.

'உங்க ஸ்கூல் வாத்தியாருங்க கிட்டே கேட்டியா?'

'கேட்டேனே. அவுங்க கடவுள்ங்கறது ஒரு சக்தி. அது எங்கும் நிறைந்த சக்தின்னாங்க.'

'இப்பம் நீ மூணாங்கிளாஸ்தானே படிக்கிறே. சாமிங்கறது உருவத்திலேயும் வரலாம். உருவம் இல்லாமயும் வரலாம். அதுதான் சர்வசக்தி உள்ளதில்லே.'

'அது எப்படி உருவத்திலேயும் வரும் உருவம் இல்லாமயும் வரும்?'

'நீ ஒரு வாய் சாப்பிடு, நான் சொல்றேன். இரண்யன்னு ஒரு ராட்சஸ ராஜா இருந்தான். ராவணன் மாதிரி. அந்த ராஜாவுக்கு விஷ்ணுவைப் பிடிக்கவே பிடிக்காது. அவனுக்கு பிரகலாதன்னு ஒரு பையன் பொறந்தான். அவனுக்கு விஷ்ணுமேலே தீவிரமான பக்தி. ராஜாவை அவன் விஷ்ணுவை வெறுக்கறதை விட்டுடணும்னு எவ்வளவோ கேட்டுக்கிட்டான். ஆனா ராஜா கேக்கல. நீ விஷ்ணு பேரையே சொல்லக்கூடாதுன்னுட்டாரு.'

'அவன் அப்பா சொன்னதை கேக்கலியா?'

'கேக்கல. விஷ்ணுவையே விடாம கும்பிட்டுகிட்டிருந்தான். பலமுறை பிரகலாதனை இரண்யன் எச்சரிச்சாரு. அவனோ கேக்கவே இல்லை. இனிமே நீ திருந்தலேன்னா உனக்கு மரண தண்டனை அப்படின்னுட்டாரு.'

'ஏம்மா, பெத்த மகனைக் கொல்ல எப்படி அந்த ராஜாவுக்கு மனசு வந்தது?'

பெண் குழந்தை என்றால் எத்தனை பேர் நெல்லையோ எருக்கம் பாலையோ தொண்டையில் விட்டுக் கொன்று விடுகிறார்கள் என்று ஒரு நிமிடம் நினைத்துக் கொண்டாள் செண்பகம்.

'அந்த அளவுக்கு அவனுக்கு விஷ்ணு மேலே வெறுப்பு. ஒரு நா நெருப்பிலே பிரகலாதனைப் போடச் சொல்லி ஆளுங்களுக்கு உத்தரவு போட்டார்.'

'ஐயிய்யோ, அப்புறம் என்னாச்சு?'

‘கொழுந்துவிட்டு எரியற நெருப்புக்கு நடுவிலே உட்கார்ந்து கிட்டு ‘ஸ்ரீமந் நாராயணாய நமஹ’ன்னு சொல்லிக்கிட்டிருந்தான் பிரகலாதன். நெருப்பெல்லாம் ரோஜாப்பூவா மாறிடுச்சி.’

‘அதுக்கப்புறமாச்சும் விஷ்ணு சக்தியானவருன்னு ஒத்துக் கிட்டானா ஹிரண்யன்?’

‘அதான் இல்லே.’

‘ஏன்?’

‘ஹிரண்யனுக்கு ஒரு விசேஷமான சக்தி இருந்திச்சே. அவனை தேவராலேயோ அசுரராலேயோ மனுஷங்களாலேயோ மிருகத்தாலேயோ கொல்ல முடியாது. எந்த ஆயுதத்திலேயும் அவன் உசிரு போகாது. பகல், இரவு இரண்டு நேரத்துலேயும் அவனைக் கொல்லமுடியாது. நீராலேயும் நெருப்பாலேயும் அவனுக்கு அழிவு கெடையாது. வீட்டிலேயும் வெளியேயும் அவனைக் கொல்ல முடியாது.’

‘எப்படி அவனுக்கு இந்த சக்தி கெடச்சது?’

‘பிரம்மாவோ சிவனோ அவன் ஒத்தக்காலிலே நின்னு தவம் பண்ணினப்போ இரக்கப்பட்டு வரம் கொடுத்திட்டாங்க.’

‘அதுனாலயே அவன் சாமிகிட்டே பயப்படலியா?’

‘ஆமாம். மூணு உலகத்திலே இருக்கற எல்லாரையும் ஜெயிச்சிட்டான்.’

‘மூணு உலகம் எதுஎதும்மா?’

‘பூலோகம், ஆகாசம், பாதாளம்.’

‘பாதாளம்னா?’

‘பூமிக்கு அடியிலே ஓர் உலகம் இருக்குன்னு புராணத்துல சொல்லியிருக்கு... அது.’

‘அப்புறம் என்ன ஆச்சி?’

‘ஒரு நா பிரகலாதன் சாமி கும்புட்டுகிட்டே இருந்தான். அப்போ அங்கே இரண்யன் வந்தான். எங்கேடா இருக்கான் உங்க விஷ்ணு அப்படின்னான். அவர் தூணிலும் இருப்பார், துரும்பிலும்

இருப்பார் அப்படின்னான் பிரகலாதன். அப்போ சாயங்கால வேளை. இந்தத் தூணிலேயும் இருப்பாரான்னு ஒரு தூணைக் காமிச்சான். இருப்பாருன்னான் பிரகலாதன்.'

'பிறகு?'

'அந்தத் தூணை கதாயுதத்தாலே இரண்யன் உடைச்சான். அந்தத் தூணுலேருந்து விஷ்ணு நரசிம்மர் வடிவத்துலே வந்தாரு.'

'நரசிம்மர்னா?'

'சிங்க முகம். மனுஷ உடம்பு. அதுனால அவர் மனுஷனும் இல்லை, மிருகமும் இல்லை. அப்போ பகலும் இல்லை இரவும் இல்லை. படியிலே அவனைத் தன் மடியிலே வெச்சு நகத்தாலேயே அவன் வயித்தைக் கிழிச்சு அவனைக் கொன்னாரு. ஏன்னா ஆயுதத்தாலே அவனுக்கு மரணமில்லை. தரை ஆகாசம் இரண்டிலேயும் கொல்ல முடியாதபடி அவன் வரம் வாங்கியிருந்தான். அதான் மடியிலே வெச்சுக்கிட்டாரு. வீடு வெளி ரெண்டுமே இல்லாம படியிலே வெச்சுக் கொன்னாரு.'

'கதை சூப்பராயிருந்ததும்மா' குழந்தை கைதட்டினாள். தோசை இருந்த தட்டு காலியாயிருந்தது.

'உனக்கு ஆயாவா இந்தக் கதைய சொல்லிச்சு?'

'இல்ல கண்ணு டிவியில பார்த்து தெரிஞ்சுகிட்டேன்.' குழந்தை விளையாடப் போனாள்.

செம்பருத்தி அந்தப் பக்கமாக வந்தவள், 'என்னா இன்னிக்கு சாயங்காலம் சாமி கோயிலுக்கதவே திறக்கக் காணும்?'

'அந்தப் பையன் பூசை செய்த வரைக்கும் இங்கினேயே பழியாக் கிடக்கும். எப்பமும் ஒரு புஸ்தகத்தை வெச்சு படிச்சுக்கிட்டே இருக்கும். அவரு அமெரிக்கா கோயிலுக்கு போயிட்டாருல்ல.'

'அவ்வளவுதான். இந்த அய்யிரு பாதி நேரம் பூட்டிப் போட்டுடறாரே...'

'சாயங்காலம் விளக்கு ஏத்தக்கூட வழியக்காணும்.'

எட்டுமணி சுமாருக்கு அய்யர் வந்தார். கதவு திறக்கும் சத்தம் கேட்டவுடன் ஒவ்வொருவராக வந்து விளக்கேற்றினார்கள்.

பூக்காரி கிளியம்மாவுக்குதான் பொறுக்கவில்லை. 'ஏன் அய்யிரே, சாயங்காலம் ஆனா சாமிக்கி விளக்கேத்தக்கூட வழியக் காணும். உனக்கு பூசை பண்ற டியூட்டி இல்லே?'

'நீ என்னமோ சம்பளம் கொடுத்து வெச்சிருக்கற மாதிரியில்ல அதட்டறே...' என்றார் அய்யர். ஒரு நிமிடம் இந்தக் கோயிலின் மீது நாளுக்கு நாள் இந்த ஜனங்களின் பாத்தியதை அதிகரித்து வருவதாகத் தோன்றியது. காலையில் அவர்களே வந்து சிமென்ட் மேடையைக் கழுவி விடுவார்கள். துளசிக்குத் தண்ணீர் ஊற்றுவார்கள். சீனிவாசன் இருக்கும்போது இங்கே கூட்டம் போட்டு சினிமாப்பாட்டு வைத்துக் கூத்தடித்திருக்கிறார்கள். இவர் வந்தவுடன் முதலில் யாரிடமும் பழகாமல் இருந்தார். பழகப்பழக ஒட்ட ஆரம்பித்து உபத்ரவம் பண்ண ஆரம்பித்துவிடுவார்கள்.

காலையிலிருந்து ஒரு வீட்டில் திவசம், இன்னொரு வீட்டில் கிரகப்பிரவேசம் என இரண்டு இடங்களில் அலைச்சல். நல்ல சம்பளம் என்பதைத் தவிர அனுமார் கோயிலில் வருமானம் எதுவுமில்லை.

வருகிற நாலு ஜனம் தட்டில் போடுவதில்லை. அந்தப்பையன் கெடுத்திருக்கிறான். அர்ச்சனை செய்தால் ஒரு மூடித் தேங்காயையும் வாழைப்பழத்தையும்கூட எடுத்துக்கொள்ள மாட்டானாம்.

திடீரென்று பெண்கள் சில குழந்தைகளைக் கையில் பிடித்து இழுத்தவாறும் சிலதை இடுப்பில் தூக்கியவாறும் கோயிலை நோக்கி ஓடி வந்தார்கள். கையில் கட்டை அரிவாளுடன் இரண்டு மூன்று லுங்கி கட்டியவர்கள் அவர்களை இடித்துக்கொண்டு படியேறிக் கோயிலுக்குள் வந்தார்கள்.

'ஏய் அய்யரே, பெரியசாமி பையனை எங்கே ஒளிய வெச்சிருக்காங்க?'

'எந்தப் பெரியசாமியையும் சின்னசாமியையும் நேக்குத் தெரியாதுப்பா.'

'இந்தபாரு... அவரை ஏன் மெரட்டறே... இங்கே பெரியசாமி அவரு மவன் ரெண்டு பேரும் இல்லே' என்றாள் ஒரு கிழவி.

அவள் தலை முடியையும் பிடித்து இழுத்து கட்டையால் ஓங்கி அடிக்க 'ஐயோ' என்று அவள் அலறி அழுதாள். அதைப்பார்த்து பயந்து வீரிட்டுப் பல குழந்தைகள் அழுதன.

ஒருவன் அய்யரின் குடுமியைப் பிடித்து அவருக்கு ரெண்டு அறை விட்டு, 'சாதி கெட்ட நாயிங்களுக்கு நீ ஒரு பூசாரி...' என்றான்.

'நீ அய்யருங்கறதால உன்ன விட்டுட்டுப் போறேன். எல்லா ஆம்பிள நாயுங்களும் எங்கினேயோ போய் ஒளிஞ்சுக்கிட்டானுங்க. எங்க சாதிப் பொண்ணை இழுத்துக்கிட்டு ஓடிட்டா சும்மா விட்டுடுவமா? காலைக்குள்ளே அந்தப் பய கழுத்தை வெட்டி அவளை இட்டாந்துர மாட்டோம்...'

அவர்கள் தபதப என்று இறங்கிப் போனவுடன் அழுகையை அடக்க முடியாது விம்மியபடியே, 'யாரும்மா இவாள்ளாம்? ஏன் எல்லாரையும் அடிக்கறா?' என்றார்.

'பெரியசாமிங்கறது தோட்டத்துல கூலி வேலை செய்யறவரு. அவரு பையனை பண்ணைக்காரு பொண்ணு காந்திமதி லவ் பண்ணிச்சி. ரெண்டுபேரும் ஓடிப் போயிட்டாங்க, அதான்' என்றாள்.

'கொலைபாதகக்காரா அவா. நான் கிளம்பறேன்' என்றார் அய்யர்.

'எங்கே கிளம்பறே?' என்றாள் இன்னொரு பெண்.

'ஆத்துக்கு.'

'நீ ஆத்துக்கும் போக மாட்டே, கொளத்துக்கும் போக மாட்டே. கொஞ்சநேரம் இரு. அவனுங்க இங்கேயேதான் சுத்திகிட்டு இருப்பானுங்க. எங்க குப்பத்து ஆம்பிளங்க வந்துடட்டும். பாதுகாப்பாப் போ.'

'அவாளை மட்டும் இவா அடிக்கமாட்டாளா?'

'ஏஞ்சாமி எங்களை அவ்வளவு மட்டமா எடை போட்டுட்டே... கொஞ்சநேரத்துல பாரு.'

'இப்டி ஒருத்தருக்கு ஒருத்தர் சண்டை போட்டுண்டு அடிச்சுக்காம சௌஜன்யமா இருக்கப்படாதா?'

அதைக் கேட்டு குபீரென்று இரண்டு மூன்று பெண்கள் சிரித்து விட்டார்கள்.

'அய்யிரே... என்னமோ சொன்னியே சௌக்கியமோ ஏதோ, ஒத்துமையா இருக்கணும்கற நீ. உன்கூட வேணும்னா அவனுக ஒத்துமையா இருக்கலாம். நீ மேல் ஜாதி ஆச்சே.'

‘வெட்டுக்குத்துன்னு உயிரை விடணுமாம்மா?’

‘உசிரு பெருசா மானம் பெருசா சாமி?’

‘உங்களுக்கு இதெல்லாம் பயங்கரமா தெரியலியா?’

மறுபடியும் கலகலவென்று பெண்கள் சிரித்தனர்.

‘மீன் சதா தண்ணியிலேயே இருக்கே. அதுக்கு ஜலதோஷம் பிடிக்கலியான்னு கேக்கற மாதிரி இருக்கு இது’ என்றாள் ஒருத்தி.

சிறிது நேரத்தில் பத்துப் பதினைந்து ஆட்கள் குப்பத்தில் இருப்பவர்கள் கையில் அரிவாள், இரும்புக் கம்பி, கட்டை.

‘எல்லாம் திரும்பி வீட்டுக்கு போங்க. ஒத்தனைப் போட்டுட்டோம். மிச்சவனுங்க ஓடிட்டானுங்க.’

‘இந்த அய்யிரை அவரு வீட்டிலே கொண்டுபோய் விடு’ என்றாள் ஒரு பெண் ஓர் இளைஞனிடம்.

‘வா அய்யிரே’ என்றான், கம்பை இன்னொருவரிடம் கொடுத்து விட்டு. அய்யர் கதவை இழுத்துப் பூட்டி கடைசி முறையாக அனுமாரைக் கைகூப்பி வணங்கினார்.

மலைவழியே கூட்டிப் போனான் அவன். ‘டார்ச் இருக்குமா?’ என்றார் அய்யர். ‘பேசாம வா. வம்பை விலைக்கு வாங்காம...’ மௌனமாய் தடுமாறியபடி அவன்பின் நடந்தார்.

பாகம் மூன்று

15

சுத்தியல் ஓங்கி பூட்டின் மீது இறங்கியது. முதல் இரண்டு அடிக்குப் பூட்டு மசியவில்லை.

கல்லுவீட்டு ராஜேந்திரன் மூன்றாவது அடியை ஓங்கிப் போட்டதும் பூட்டு விட்டுக்கொடுத்தது. பூட்டைக் கழற்றி ஓரமாகப் போட்டு விட்டு, 'எல்லோரும் கோயிலுக்குள்ளே வாங்க' என்றான்.

குப்பத்தில் இருந்த ஒரே ஒரு கட்டடம் ராஜேந்திரனுடையது தான். முதலில் ஒரு முண்டா பனியனும் நிக்கரும் மேலே ஒரு லுங்கியுமாக வெல்டிங் மிஷினுடன் 'கிரில் கேட்' செய்ய ஆரம்பித்தபோது அவனுடையதும் ஒரு குடிசைதான். இப்போது மலைப்பாளையத்தில் அவனுக்கு ஒரு 'லேத்' இருக்கிறது.

குப்பத்தில் கட்டட வீடு, மின்விசிறி, காஸ் இணைப்பு, மோட்டார் பைக் எல்லாம் இருப்பது அவனிடம் மட்டும்தான். காலையில் 'பைக்'கில் சென்று குழந்தைகளை மலைப்பாளையம் கான்வென்ட் ஸ்கூலில் விட்டுவருவான். மாலையில் அவர்கள் ரிக்‌ஷாவில் வருவார்கள்.

ராஜேந்திரனின் மனைவி மலர்விழியும் மிகவும் நல்ல மாதிரி. குப்பத்து ஜனங்களுக்குக் குறைந்த வட்டிக்கு முகம் கோணாமல் கடன் தருவாள். தவணைகளை இழுத்தடிப்பவர்களை - குப்பத்துப் பெரியவர்கள் வேறு ஏதாவது வில்லங்கத்தைக் கூடி

விசாரிக்கையில் - அவர்கள் பெயர்களைச் சொல்லி சமூகக் கட்டுப்பாட்டில் வசூலும் செய்து வடிவாள். மறுபடியும் அவர்களுக்குக் கைமாத்து தருவதில்லை.

ராஜேந்திரன் கடைக்குப் போகும்போது இஸ்திரி செய்த சட்டை போட்டுதான் போவான், லேத்துக்குப் போனபின் அது ஓர் ஆணியில் தொங்கும். மறுபடியும் வெளியே வரும்போது அவன் மீது ஏறிக்கொள்ளும்.

ஊருக்குள் சட்டை போட்டுக்கொண்டு போகும் தைரியம் ராஜேந்திரனுக்கும் ரசிகர் மன்றம் வைத்திருக்கும் இளைஞர் களுக்கும் மட்டுமே இருந்தது. பிறர் முண்டா பனியனோ இல்லை வெற்று மேலுடம்போடுதான் போய் வருவார்கள்.

அன்று இரவு 'கரும்புத் தோட்டத்துக்காரர் பெண்ணோடு பெரியசாமி மகன் ஓடிப்போனது சம்பந்தமாக நடந்த வெட்டுக்குத்து - அவர்கள் தரப்பில் ஓர் ஆள் கொலையானது - ரகளையின்போது போலீஸ் கிட்டத்தட்ட எல்லா சிறுவயது ஆண்களையுமே இழுத்துப் போய்விட்டது. பலருக்கும் நல்ல அடி. ராஜேந்திரன் திருச்சி, நாமக்கல், சேலம் என எல்லா இடத்திலும் உள்ள தாழ்த்தப்பட்டவரின் நம்பிக்கைக்கு உரிய கட்சித் தலைவர்களை ஃபோனில் கூப்பிட்டுப் பேசி காலையி லேயே அனைவரையும் 'பெயிலி'ல் கொண்டு வந்தான்.

பத்துப்பதினைந்து நாட்களுக்கு போலீஸ் ரோந்து சுற்றியது. 144 தடை அமலில் இருந்தது.

இதனால் அனுமாரும் பாதிக்கப்பட்டார். அய்யர் அன்றுதான். பிறகு வரவேயில்லை. அவர் வீட்டுக்கு ஆள் அனுப்பியதற்கு, கோயில் வேலையை விட்டுவிட்டேன் என்று வீட்டுக்கு உள்ளேயே இருந்து பதில் சொல்லி அனுப்பிவிட்டார்.

தண்ணீர் லாரிக்காக நிற்கும்போதும் ரேஷன் கடையிலும் ஆயாவின் ஆப்பக்கடையிலும் பெண்கள் கூடி மிகவும் வருத்தப் பட்டார்கள். ஏற்றப்படாத அகல் விளக்குகளும் தூசி படிந்து கோயில் சிமெண்ட் மேடையும் வாடிய தூளசி மாலையுடன் அனுமாரும் மிகவும் கொடுமையாக இருந்தது.

மலர்விழி ராஜேந்திரனிடம் 'சாமிகுத்தம்' வரக்கூடாது. நம் இருப்பிடத்தில் உள்ள சாமிக்கு நாம்தான் பொறுப்பு என்று எடுத்துரைத்தான்.

அதான் இன்று காலை பெரியவர்களும் பெண்களுமாக கோயில் வாயிலில் கூடினார்கள். எல்லோருக்குமே வருத்தமாய்தான் இருந்தது. ஆனால், என்ன செய்ய?

ராஜேந்திரன் மேல் படியில் நின்றுகொண்டான். 'இனி இந்த சாமிக்கு பூசை செய்யறதை நாமளே பொறுப்பா எடுத்துச் செய்யுறோம். குடிப்பழக்கம் இல்லாத அசைவம் சாப்பிடாத ஆம்பிளை ஆளு ஒருத்தர்தான் இதை செய்யணும்.'

'அந்த மாதிரி ஆரும் இல்லேண்ணே' என்று கும்பலோடு கும்பலாக ஓர் இளைஞன் குரல் கொடுத்தான். குரல் வந்த திசையை ராஜேந்திரன் முறைத்துப் பார்த்துவிட்டு, 'உங்கள மாதிரி ரெண்டு பேர் போதும்டா. நாம மானத்தோட தலை நிமிர்த்த முடியாது' என்றான்.

'பெரியவரு வீரபத்ரன் இருக்காரே...' என்றாள் பூக்காரி.

'அவரை வரச் சொல்லுப்பா.'

வீரபத்ரன் வீட்டுக்குள் போய் அரைக்கை ஜிப்பா போன்ற காக்கிச் சட்டை ஒன்றை அணிந்து படிக்கட்டு அருகில் வந்தார். அந்தச் சட்டை மலைப்பாளையப் பள்ளிக்கூடத்தில் அவர் பியூனாக இருந்தபோது அணிந்து வந்தார்.

'எனக்கு பூஜையெல்லாம் தெரியாது ராஜேந்திரா' என்றார்.

'பெரியவரே, பூஜை செய்ய உடம்பு சுத்தம், மனசு சுத்தம் ரெண்டு இருந்தாப்போதும்' என்றான் ராஜேந்திரன்.

'டவுன்ல புஸ்தகம் விக்கிது. அதைப் பார்த்துகூட பண்ணலாம்' என்றாள் ஒரு மூதாட்டி.

'எது எப்படியோ இந்தப் பூட்டை உடைக்கிறோம். இனி கோயிலுக்கு பூட்டே கிடையாது. தினமும் ஓர் ஆள் படியில ராத்திரி படுத்துக்கணும்' என்று அறிவித்துவிட்டு ராஜேந்திரன் சுத்தியலால் பூட்டை உடைத்தான்.

வீட்டுக்கு விலக்கான பெண்கள் தாங்களாகவே ஒதுங்கிக் கொண்டனர்.

துளசி மாடம் இரும்புக் கிராதிகளால் மறைக்கப்படாததால் அதற்கு எப்போதும் தண்ணீர் ஊற்றி வர முடிந்தது. துளசி நான்கு

அடி உயரத்துக்கு வளர்ந்து சுற்றிலும் அதன் சருகுகளும் விதைகளும் இறைந்து கிடந்தன.

ஒரு பெரிய பித்தளை அண்டா சாமிக்கு அருகில் இருந்தது. அதில் பெண்கள் எவர்சில்வர் குடத்தில் கொண்டுவந்த நீரை நிறைத்தனர். சாமிக்கென்றே ஓர் ஏணி இரும்புக் கிராதிகள் கொண்ட சுற்றுச் சுவர் மூலையில் வைக்கப்பட்டிருந்தது. அதை எடுத்து வந்த சிறுவர்கள் சாமியின் மீது வெண்கல சொம்புகளைக் கொண்டு நீர் ஊற்றினார்கள். புதிய சொம்புகள் வந்திருந்தன.

சாமிக்கு மாலை மாட்ட என மேலே உயரே இரண்டு ஆணிகள், வேட்டியைச் செருகிவிட இடுப்பைச் சுற்றி நான்கு ஆணிகள் இருந்தன.

யாரோ புதிய வேட்டி கொண்டுவந்தார்கள். பல பெண்களும் துளசி பறித்துவர மிகப்பெரிய சன்னமான துளசி மாலை ஒன்று தயாரானது. ஆப்பக்கடை ஆயா குளித்துவிட்டு சுத்தமாக ஒரு புது எவர்சில்வர் தேக்ஸாவில் அரிசியும் பருப்பும் போட்டுப் பொங்கலாக எடுத்து வந்தாள்.

'சாமிக்கி திரை போட்டு சோறு வைய்யி...' என்று அவள் சொன்னவுடன் பெரிய நாமம் சங்கு சக்கரம் உள்ள திரையை இழுத்து உள்ளே சாமிக்கு எதிரே அந்தப் பாத்திரத்தைத் திறந்து வைத்தார்.

'சாமி உனக்கு மந்திரம் சொல்லி இதைக் கொடுக்க எனக்கு தெரியல. ஆனா நீ இதை மறுக்காம ஏத்துக்கணும். ஏழைகளுக்கு என்ன மந்திரம் தெரியும் சாமி?' என்று மனதுக்குள் சொல்லியபடி கை கூப்பினார். பிறகு திரையைத் திறந்துவிட்டார்.

தேங்காய், பழம், வெற்றிலை, ஊதுபத்தி, கற்பூரத்தோடு ஓர் அர்ச்சனைத் தட்டு வந்தது.

தேங்காயைக் கல்லில் உடைத்தார் வீரபத்ரன். கற்பூரம் ஏற்றி தனது வலது கை மேலெழும்பி இடதுகைப்பக்கமாகச் சுற்றினார். 'மாத்திச் சுத்தணும்' என்று திருத்தினாள் ஒரு பெண்.

கற்பூரத்தட்டை எடுத்து வரிசையில் நிற்கும் குப்பத்து மக்களிடம் வந்தார்.

ராஜேந்திரன் தட்டில் பத்து ரூபாய் போட்டான். ஒவ்வொருவராக சில்லறைகள் போட்டனர். ஒரு பெண் தட்டில் இருந்த குங்கும

பிளாஸ்டிக் பையைப் பிரித்து எடுத்து இட்டுக் கொள்ள ஏனையோரும் அவ்வாறே செய்தனர்.

முன்பெல்லாம் இரவு இருள் வந்தாலே குப்பம் அடங்கிவிடும். காடா திரி விளக்குகளும் அரிக்கேன் லாந்தர்களும் இரவு உணவு வரையில்தான். பிறகு அவையும் அடங்கிவிடும்.

ஆனால் இப்போது ஒருசில குடிசைகளில் 'கரன்ட்' இழுத்து பல்பு, டிவி, டேபிள் ஃபேன் எல்லாம் ஓடுகின்றன. டிவி ஓடும்சத்தம் கேட்கிறது. பத்துப் பேருக்கு மேல் இருந்தால் கேபிள்காரன் கேபிள் போடத் தயார்.

வழிந்த வியர்வையைத் துடைத்தபடி வீரபத்ரன். தூக்கம் வரவில்லை. அதற்கு வியர்வை காரணமல்ல. ராஜஸ்தானின் வெப்பத்தை ராணுவச்சீருடையுடன் சகித்துப் பழகிய உடம்புதான்.

எட்டாம் வகுப்பு படிக்கும்போதுதான் அது நடந்தது. மேல் ஜாதி மாணவர்கள் வரிசையில் ஒருவன் 'ஜாமென்ட்ரி பாக்ஸ்' காணாமற் போய்விட்டது. வாரக் கூலியில் வீரபத்ரன் அப்பா அன்றுதான் வாங்கி வந்து கொடுத்திருந்தார் ஒன்று. நாகலிங்கபுரம் கடையில் ஒரேமாதிரிதான் பொருட்கள் கிடைக்கும். இதுதான் தன்னுடையதுதான் என்றான் அந்தப் பையன்.

'திருட்டுப் பயல்... கூலிக்காரப் பயலுங்களை ஸ்கூலுல உட்கார வெச்சாலும் புத்தி மாறாதுடா...' என்று சொல்லிச் சொல்லி ஆசிரியர் அடித்தபோது சிலுவைக்குள் உடம்பைத் துளைத்து இறங்கும் ஆணிகளாக வார்த்தைகள் நெஞ்சில் இறங்கின.

இதே வாத்தியார்தான் 'ஜாமென்ட்ரி பாக்ஸ்' வாங்க வக்கு இல்லாத பயலுங்களுக்கெல்லாம் எதுக்குடா ஸ்கூலு?' என்று முதல் வாரம் சொல்லி அடித்தார்.

அதற்குப் பிறகு வீரபத்ரன் ஸ்கூலுக்குப் போகவில்லை. அறுப்பு வரும் நாட்களில் ஸ்கூலுக்குப் போகாமல் பிறகு வரும் 'டெஸ்ட்'களில் மதிப்பெண் குறைந்தாலும் அடிதான். தொழிலும் ஜாதியும் படிப்பை அல்லது வாய்ப்பை முடிவு செய்கிறது என்று அவனுக்குத் தீர்மானமாகப் புரிந்தது.

பள்ளிக்கூடம் போகாத நாட்களில் கூலிக்காரர்கள் புழுக்களாக ஒதுங்கி ஒதுங்கி வாழ்ந்து உழைத்து கம்பங்கூழோ கேப்பங்களியோ உண்டு உயிர்வாழ்வதன் அவலம் புரிந்தது. நல்ல வேளையாக

ராணுவத்தில் வேலை கிடைத்தது. உறவினர் நடுவே முதலில் நாகலிங்கபுரத்தில் அம்பேத்கர் தெருவில் கல்லுவீடு கட்டிய பெருமையும் கிடைத்தது.

ஒவ்வொரு மகனாக வேலை கிடைத்த சாக்கில் நழுவிப் போக நாகரத்தினம் சுமங்கலியாய் போய்ச் சேர்ந்த பிறகு கடைசி மகன் சென்னையில் நல்ல படிப்பு, வீட்டை விற்க வேண்டி வந்தது.

ஒருமுறை வரகுடி குப்பம் வரத்தான் செய்தான் அவன். அன்று இரவுகூட தங்கவில்லை. 'மிலிட்டரி பென்ஷன்' மட்டும் இல்லையென்றால் இந்தத் தள்ளாத வயதில் மானம் போயிருக்கும். நாகரத்தினம் மிகவும் வக்கணையாக மீனோ கறியோ செய்வாள். மசாலா அவள் அரைக்கும்போதே அக்கம்பக்கப்பெண்கள் வந்து விசாரித்துவிட்டுப் போவார்கள். அவளின் சாவோடு அசைவத்தை விட்டார் வீரபத்ரன். ராணுவத்தில் இருந்தபோதுகூட குடித்ததில்லை.

கண்களில் நீர் நிறைந்து குலுங்கிக்குலுங்கி அழுதார் வீரபத்ரன். சமுதாயத்தால் மகன்களால் நிராகரிக்கப்பட்ட எனக்கு மேல் ஜாதி நிராகரித்த அனுமாருக்கு பூஜை செய்யும் வாய்ப்பா?

16

'நீ டெய்லி ருத்ரம் சொல்றியோ?' என்றான் சுப்ரமணியன்.

'அதெல்லாம் ஒண்ணும் தேவையில்லடா சுப்பு. நீ குடுமி வெச்சுண்டு இருக்கே. நான் கிராப் வெச்சுண்டு இருக்கேன். நீ அர்த்தம் புரியாம சமஸ்கிருதத்தை தமிழ்ல தப்புத்தப்பாப் படிச்சு மனப்பாடம் பண்ணிண்டிருக்கே.'

'இது தப்பில்லையோ?'

'உஞ்ச விருத்தி பண்ணாம நல்ல வருமானம் வர்ற கோயிலா இருந்தா அவனவன் காரு பங்களான்னு கொழிச்சிண்டிருக்கான். தங்கச் சங்கிலில ருத்ராட்சம் போட்டுண்டு ஸ்டார் குருக்களா இருக்கான். நாம எக்ஸ்ட்ராஸ் மாதிரி அலையறோம்' என்றான் சந்திரமோகன்.

'என்னமோடா சந்துரு. பகவான் விஷயமாச்சேன்னு நாமதான் பயந்துபயந்து செத்துப் பொழைக்க வேண்டியிருக்கும்.'

'ஒன் மினிட். என்னோட 'கல்லீக்ஸ்' யாராவது வெளியில இடம் தெரியாம நின்னுக்கிட்டிருக்காங்களான்னு பாக்கறேன்' என்று எழுந்து வெளியே போனான் சிவா.

'தோ எழுந்து போறானே சிவா. வெய்யில்ல கழுத்தைப் புடிக்கற மாதிரி ஒரு சட்டை. ஒரு டை வேற. இவனும் பிராமணன்தான்.'

'நல்ல சம்பளம் வருமோல்லியோ?'

‘அபிஷ்டு. சம்பளம் இருபது வயசுல வாங்கறப்ப நன்னாதாண்டா இருக்கும். கல்யாணம் ஆனப்புறமும் காலங்கார்த்தாலே பொட்டியத் தூக்கிண்டு ஊரூரா அலையணும்டா. டாக்டர்லாம் மணிக்கணக்கா உக்காத்தி வெப்பா. ஈரோடு சேலம் பக்கம் சின்னச்சின்ன ஊருக்குப் போனா சைவச் சாப்பாடே கிடைக்காதுடா. இதுக்கு நம்ம பொழப்பு எவ்வளவோ தேவலாம்.’

‘என்னடா சந்துரு தேவலாம்?’

‘அனுமார் கோயில்ல கிரமப்படி நடக்க பூஜையெல்லாம் நின்னு போயிருக்குன்னு இங்கே வரச்சொன்னா, நாம ரெண்டு பேரும் ரூம எடுத்துண்டு தங்கி இருக்கோம். கைச்செலவு ஆயிரம் போக ஆத்துக்கு ரெண்டாயிரம்தானே அனுப்ப முடியறது.’

‘டேய் சுப்பு, இந்த முருகன் கோயில விஸ்தரணை பண்ணினா தான் அனுமார் கோயிலையும் எடுத்துக் கட்டப்போறா. ஆனா நம்ம வேலை இப்போதைக்கி முழுசா அது குப்பத்துக்காரா கையில போயிடாம பாத்துக்கறதுதான்.’

‘ஸாரி, நீங்க எதைப்பத்தி பேசிண்டிருந்தேள்?’ என்றபடி சிவராமன் உள்ளே நுழைந்தான். சிகரெட் புகைத்துவிட்டு வந்திருக்க வேண்டும்.

‘நீ சாப்பாட்டுக்கு கஷ்டப்படறியேங்கறதைப் பத்தி பேசிண்டிருந்தோம்.’

‘அதெல்லாம் பாத்து கட்டுப்படியாகாது. மெட்ராஸ்ல கம்ப்யூட்டர் பி.ஈ. படிச்சவனெல்லாம் இதைவிட குறைஞ்ச சம்பளத்துக்கு வேலை பாத்துண்டிருக்கான். சிலபேருக்கு வேலையே இல்லை. ஏதோ இந்த ரெண்டுநாள் மலைப்பாளையத்துல உங்க கையால நல்ல சாப்பாடு கெடச்சது.’

‘உனக்குன்னு என்ன ஸ்பெஷலாய் பண்ணினோம்...’ என்றான் சந்துரு.

‘அதுசரி ஏதோ குப்பத்துக்காரங்க கையில போயிடக் கூடாதுன்னு பேசிண்டிருந்தேளே, அது என்ன?’

‘அது ஒண்ணுமில்லைடா சிவா. இங்கே ஒரு அனுமார் கோயில். முப்பத்தாறு அடி விக்கிரகம் இருக்கு. ஜாதிக்கலவரம் நடந்தப்போ வெட்டுக் குத்துன்னு ஆனதால நம்மடவா யாரும் அங்கே பூஜை பண்ணப் போகலே. இப்போ நாங்க மறுபடியும்

அங்கே பிராமணா பூஜை பண்றதுக்கு வழி பண்ணிண்டிருக் கோம்' என்றான் சந்துரு.

'முப்பத்தாறு அடி விக்கிரகம்னா நல்ல கும்பல் வரணுமே... நல்ல வருமானம்னு சொல்லு' என்று கண்ணடித்தான் சிவா.

'அதான் இல்லே. மேல் ஜாதிக்காரா கொஞ்சம் வசதிப் பட்டவா யாரும் அங்கே வர்றதில்லே.'

'ஏன்?'

'குப்பத்து சந்தையெல்லாம் தாண்டி வரணும். கொஞ்ச நாளைக்கு மின்னாடி மலைப்பாளையம்போல ஜாதிக்காராளுக்கும் இந்த குப்பத்துக்காராளுக்கும் அடிதடின்னு வேற ஆயிடுத்து.'

'அப்ப வெறுமனே காத்து வாங்கற கோயிலுக்கா உங்க ரெண்டு பேரை போட்டிருக்காங்க?'

'அப்பிடி இல்லை சிவா. நல்ல கும்பல் வர்றது. ஆனா வர்றவா எல்லாரும் குப்பத்துக்காரா, கூலி வேலை பாக்கறவா. கீழ் சாதிக்காரா.'

'தட்டுல ஒண்ணும் விழறதில்லையாக்கும்?'

'அதெல்லாம் இல்லே. நான் புரியறமாதிரி சொல்றேன்' என்று புகுந்தான் சுப்பு.

'சொல்லு.'

'வீரபத்ரன்னு ஒரு பெரியவர். அவரும் குப்பத்துக்காரர் தான். நடுவில கோயிலே சாத்திக் கெடந்தப்போ. குப்பத்துக்காரா சொல்லி அவர்தான் பூஜையை பண்ணிண்டிருக்கார்.'

'அவருக்கு பூஜை பண்ணத் தெரியுமா?'

'அதெல்லாம் ஒண்ணும் கிடையாது. தினமும் அனுமாருக்கு ஜலத்தால அபிஷேகம். வாரம் ஒருமுறை எண்ணெய் ஸ்நானம் மாதிரி ஓர் அபிஷேகம் எல்லாம் பண்ணுவார். கோயிலை சுத்தமா வெச்சுப்பார். தட்டுல விழற பைசாவையெல்லாம் கோயில் 'திருப்பணி நிதி'ன்னு ஓர் உண்டியல்ல போட்டுடறார்.'

'நீங்க?'

'வேற வழி இல்லாம நாங்களும் அதையே பண்ணறோம். அவருக்கென்ன மிலிட்டரி பென்ஷன் வர்றது.'

‘உங்களுக்கு சம்பளம்...’

‘சிவா ஒத்தனே போதும். நாம உருப்பட்டா மாதிரிதான்.’

‘குப்பத்துக் கோயில்ல திரும்ப நுழையறதே ஒரு போராட்டமா இருந்தது’ என்றான் சுப்பு.

‘அது என்ன போராட்டம்?’

‘போராட்டம் எல்லாம் ஒண்ணுமில்லே. எல்லாம் ஒரு மாதிரி ‘ஸ்மூத்’தா முடிஞ்சது’ என்றான் சந்துரு.

‘என்னதான் நடந்தது?’

‘ஒரு சனிக்கிழமை அன்னிக்கி இரண்டு மூன்று அண்டா நிறைய சர்க்கரைப் பொங்கல் பண்ணி எடுத்துண்டு போனோம். பகவானுக்கு அபிஷேகம் பண்ணிட்டு எல்லோருக்கும் கொடுக்கறோம்னோம். யாரும் ஒண்ணும் சொல்லலே. எல்லா ஜனங்களுக்கும் போதும் போதும்கற அளவுக்கு கொடுத்தோம். கொடுத்து முடிக்கும் போது ஊர்ப்பெரியவாளெல்லாம் வந்து ஒரு கற்பூர ஆரத்தி மட்டும் பண்ணிட்டு போயிட்டா.’

‘இப்போ மொத்தம் மூணு குருக்களா?’

‘ஆமாம்.’

சாம்பு அய்யர் வேகமாக அறைக்குள் நுழைந்தார். ‘ஏண்டா பத்திரிகையிலே ஃபோட்டோ வர்ற அளவுக்கு போயிடுத்தே... கொஞ்சம் உஷாரா இருக்கப்படாதோ?’ என்று கிட்டத்தட்ட கத்தி விட்டு ஒரு பிரபல தமிழ் வாரப் பத்திரிகையைத் தூக்கிப் போட்டார்.

‘புயல் முனை நம்பிக்கை முனையான கதை’ என்று அட்டைப் படம் போட்டிருந்தது.

‘வாய்விட்டு படிங்கோ ஸார்...’ என்று சிவாவிடம் கொடுத்தார் சாம்பு.

ஆறுமாதத்திற்கு முன் ஜாதிக் கலவரத்துக்காக டிவியிலும் தினசரிகளிலும் வரகுடியின் பெயர் அடிபட்டது. இப்போது ஜாதி ஒற்றுமையின் சின்னமாகத் திகழ்கிறது. இங்குள்ள அனுமார் கோயிலில் பிராமண அர்ச்சகரும் இருக்கிறார்கள். தாழ்த்தப் பட்ட வகுப்பைச் சேர்ந்தவரும் பூஜை செய்கிறார். எல்லா ஜாதிக்காரர்களும் வந்து வணங்கி அனுமாரின் அருளைப் பெற்றுச் செல்கிறார்கள். மக்கள் வெள்ளமாக இங்கே வந்து போவதற்கு இன்னொரு முக்கியமான காரணம் உள்ளது.

'அனுமார் கடிதப்பெட்டி' என்று ஒரு பெட்டி இங்கே உள்ளது. மக்கள் தங்கள் கோரிக்கைகளை எழுதி இந்தப் பெட்டியில் போடுகின்றனர். அவை நிறைவேறுகின்றன. பிரச்சனைகள் தீருகின்றன. தொல்லைகள் விலகுகின்றன. ஜாதி ஒற்றுமை, இறை நம்பிக்கை இரண்டுக்குமே இந்தக் கோயில் ஒரு திருப்புமுனை.'

'சுப்பு... கட்டுக்குடுமியோட கலர் ஃபோட்டோல அழகாதாண்டா வந்திருக்கே...' என்றான் சந்துரு பத்திரிகையை வாங்கிப்பார்த்து.

'அசடு வழியாதேடா அதிகப்பிரசங்கி' கத்தினார் சாம்பு. 'அடி வயத்தைப் பத்திண்டு எரியறதுடா... நேத்திக்கிப் பொறந்த வண்டா நீங்கள்ளாம்... அம்பது வயசாறது நேக்கு. பிராமணன் அழிஞ்சி போக வழிடா இது...'

எல்லோரும் மௌனமானார்கள்.

'எந்தத் தொழிலை வேணும்னா பண்ணிப் பொழைக்க இன்னிக்கு பிராமணன் தயாராகியும் அவனை எல்லா இடத்திலேயும் ஒதுக்கி வெக்கறா. ஒரு ஞானத்தோட எல்லாத்தையும் சகிச்சிண்டா அவனுக்குன்னு இருக்கற தொழிலையும் கையை வைக்கப் பாக்கறாளே... அடி வயிறு பத்திண்டு எரியறதுடா...'

குரல் நடுங்கித் தொண்டை கம்மியது.

'இந்த ஊர் மனுஷனெல்லாம் என்னப் பாக்க வந்தப்போ இதுக்கு ஒரு வழி பண்ணுங்கோன்னு கேட்டப்போ ஏன் நான் உங்களையெல்லாம் வரவழைச்சேன்? இவனுங்க பிராமணனுக்கும் எதிரி... தீண்டப்படாதவனுக்கும் எதிரி... எனக்கு தெரியும். ஆனா தன்னைக் கொல்ல வந்த பசுவைக் கொல்லுங்கறதுடா தர்மம். நம்ம குலத் தொழிலைக்கூட தாரை வாக்கணுமா? பிராமணனுக்கு ஓர் அடையாளமே இல்லாம அவன் அழிஞ்சு போகணுமா?'

ஒருசில நொடிகள் மீண்டும் மௌனம். சிவா மெதுவான குரலில் ஆரம்பித்தான்.

'மாமா... பூஜை பண்ணி வைக்கறது ஒரு தொழிலா ஆகியிருக்கலாம்... அதைத் தொழிலா ஆக்குன்னு எந்த சாஸ்திரத்துல சொல்லி இருக்கு. நீ கடவுளை வணங்கணுமா எனக்கு தட்சணையை வெட்டுங்கறது மட்டும் உசத்தியா? கடவுளுக்கும் பக்தனுக்கும் நடுவிலே ஒரு 'ஏஜென்ட்'டா இருக்கற ஒரு தொழில் மற்ற 'ஏஜென்ட்' வேலைகள் நடுவே எந்த விதத்திலே உசத்தி... அது தொழில்னு வந்தப்புறம் யார் செஞ்சா என்ன?'

‘தெரியும்டா... நம்ம ஜாதிக்காரன்தான் நமக்கு எதிரி... மிச்ச ஜாதிக்காராளெல்லாம் ஒத்துமையா இருக்கா தெரியுமோ?’

‘ஏற்கெனவே கிட்டத்தட்ட 100% படிச்சவங்க நம்ம ஜாதிக்காரா. அவங்களுக்கே தன்னம்பிக்கை இல்ல... பிற ஜாதிக்காரங்க மட்டும் தன்னம்பிக்கையும் தகுதியும் போதும்னு போராடணும் இல்ல?’

‘நோக்கு புரியாது... நீ யங் பிளட். இப்போ எனக்கு அம்பது வயசாகப் போறது... அப்படி என்ன ஸோஷியல் ஸ்டேடஸ் இருக்கு?’

சிவா அவரைப் பரிதாபமாகப் பார்த்தான். வர்ணாசிரமத்தால் வாழ்ந்தவர்கள் இதைப்பார்க்க இப்போ இல்லை. வெற்று மேல் ஜாதி பந்தாக்கள் எத்தனை காலம் தாங்கும்? இதே வறட்டுத் தனமான தன்னிரக்கத்தை லட்சமாய் சம்பளம் வாங்கும் ஒரு ஜெனரல் மேனேஜர் ஒருவரிடம், சிறிய நகரங்களில் தொழில் செய்யும் டாக்டர்களிடம், ஏதோ சிறைபிடிக்கப்பட்ட மனோபாவத்தில் அவன் பார்த்திருக்கிறான்.

சாம்பு அய்யராவது வறுமையே விதிக்கப்பட்டவராய் மனம் நொந்து காணப்படுகிறார். ஆனால் வருமானம் அதிகம் உள்ளவர் களும் வருத்தமாகவே காணப்படுகிறார்கள். ஒருவருக்கு எது மனநிறைவைத் தருகிறது? குறைந்தபட்சம் மனத்தாங்கலும் தன்னிரக்கத்துடன் புகார் செய்யும் மனநிலையும் இல்லாதவர் யார்?

வேலைக்குப் போகாதபோது தண்டச் சோறு என்று தினசரி பழித்தார். இந்த வேலை கிடைத்தபிறகு, ‘இது என்னடா சதா ஊரைச் சுத்திண்டு?’ என்கிறார்.

ஒரு முன்னுதாரணமான இளைஞன் யார்? வெளிநாட்டில் இருப்பவனா? தென் சென்னையில் பல பெற்றோர் எல்லா வசதிகளின் நடுவில் தனிமையில் மகன் பேரக் குழந்தைகளுடன் ‘இன்டர்நெட்’டில் பேசி புத்திர சோகம் போக்கிக் கொள்கின்றனர்.

சிவாவும் இந்த இரண்டு இளைஞர்களும் மைலாப்பூரில் ஒரே தெருவில் வளர்ந்தவர்கள். ஒன்றாக கிரிக்கெட் விளையாடிப் பேசி மகிழ்ந்தவர்கள்.

இன்று இவர்கள் எளிமையான ஒரு வாழ்க்கையின் கவசத்துக்குள் இருக்கிறார்கள். அது தனக்கு இல்லை என்றே சிவாவுக்குப் பட்டது. இவர்களால் என்றுமே இந்தக் கவசத்துக்குள் வாழ

முடியும். இவர்களை மணக்கும் பெண்ணுக்கும் அது புரிந்து அதனால் வரும் மனப்பக்குவம் இருக்கும்.

இதோ இன்று இவர்களை விட்டுக் கிளம்பினால் மீண்டும் சகிக்க முடியாத உணவு, கழுத்தை முறிக்கும் விற்பனை லட்சியங்கள். பலசமயம் அம்மா மடியில் படுத்துக்கொண்டு ஞாயிற்றுக் கிழமை டிவி பார்த்த நாட்கள் நினைவுக்கு வரும்.

ஆனால் இந்த வேலையை உதற முடியாது. தானும் வரும் மனைவியும், வேலைக்குப் போகிறவளோ அல்லது சாதாரண மானவளோ யாரானாலும் அவளிடம் நகைகள், வசதிகள், கார், பெரிய ஃபிளாட் என்கிற கனவுகள் இருக்கும். அந்தக் கனவுகளோ இல்லை சமுதாயக் கட்டாயமோ நான் நிறைய சம்பாதித்துதான் ஆக வேண்டும்.

மலைப்பாளையம், வரகுடிபோல சென்னை சிற்றூரில்லை. அங்கே யார் பூஜை செய்கிறார் என்பது பெரிய விஷயமாகக் கூட தென்பட்டது. ஆனால் உன் வருமானம் என்ன என்பது முக்கியமானது.

ஒருமுறை மருந்து விற்கும் நிறுவனம் ஒன்று பயிற்சி முகாம் நடத்தியது. அதில் எந்தெந்த மருந்துகள் இனி விற்கும் என்ற போது நகர்ப்புறங்களில் இரத்தக் கொதிப்பு, சர்க்கரை வியாதி, நரம்பு சம்பந்தப்பட்ட, காற்று மாசு சம்பந்தப்பட்ட வியாதிக்குண்டான மருந்துகள் விற்கும் என்றார்கள். ஆண்மைக்கு மருந்து உதவி தேவைப்படும் நிலையை வசதிமிகுந்த நடுவயது ஆண்களில் வரும் மனோ அழுத்தத்தில் இயல்பான மணவாழ்க்கை அவர்களுக்குச் சாத்தியம் இல்லாமல் போய்விடுகிறது.

வசதியும் வருமானமும் ஒருவன் ஆணாயிருப்பதையே கேள்விக் குறி ஆக்கிவிடலாம். அவ்வாறெனில் எந்த முன்னுதாரணம் துரத்தித் துரத்தி எட்டிப்பிடிக்க ஏற்ற உகந்த நிலை? முன்னுதாரணமே இல்லையா? அக்கம் பக்கத்தில் தென்படுகிற வனை அவ்வப்போது ஒப்பிட்டுப் பார்த்துக்கொள்ள வேண்டியது தானா? சிவாவின் அப்பாவுக்கு சிறுவயதில் பெரும்பாலும் அண்ணனின் பழைய சட்டைதான் கிடைக்குமாம். இப்போது யாருடைய சட்டைக்காக நான் அலைகிறேன்? நான் என்ன மாதிரி ஆகப்போகிறேன், அதில் எந்த அளவு நிம்மதியாயிருப் பேன் என்ற அனுமானம் அப்பா அம்மாவுக்கு உண்டா? என் நிம்மதியோ அல்லது மனம் கொள்ளும் உறுத்தலோ அல்ல

அவர்கள் கண்ணில் படுவது. எது கைவசப்பட வேண்டியதோ அதுவே அவர்களால் பிரமாதப் படுத்தப்படும்.

டிவி விளம்பரத்தில் வருவதுபோல இந்தப் புகையிலைத் தூளை வாயில் போட்டால் உறி அடிக்கலாம். இந்தத் தேநீரைக் குடித்தால் வீர சாகசம் செய்யலாம்.

பிரமைகளை விற்பவர்களைக் குறை சொல்கிறார்கள். நாம் பிரமைகளை வணங்குகிறோம். சொத்தைப் பழங்களைச் சுமந்து வர கம்பளிப்பூச்சிகளைச் சகித்து மரமேறி மார்தட்டிக் கொள்கிறோம். சாம்பு அய்யரின் தடித்த குரல்.

'மத்தவாள அண்டிப் பொழைக்கறதுதான் நம்ம நிலைமையா இருக்கு... கோயிலை கிரமமா பூஜை பண்ணி நடத்துன்னு சொல்லிருக்கா. அதிலே நில்லுங்கோ. பேப்பர்காரன் எழுதிப்டான். இப்போ பஞ்சாயத்துக்காரா பரிதவிக்கறா... இதுல கட்சிக்காரா வேற சேர்ந்துண்டுட்டா அப்புறம் அனுமார் கோயிலை மறந்துட வேண்டியதுதான். சின்னப்பசங்க இன்னார் ஃபோட்டோ எடுக்கறா, எதுக்காக எடுக்கறான்னு சுதாரிச்சுக்கத் தெரியலேன்னு சமாளிச்சுட்டேன். யாராவது கேட்டா அப்படியே சொல்லுங்கோ. நேக்கு நெறைய இடம் போக வேண்டி இருக்கு' என்று கிளம்பினார் சாம்பு. எளிய அணுகுமுறை. குதிரைக்கு சேணம் கட்டியதுபோல நிர்ணயித்த திசையில் கவனம் இருந்தால் போதும்.

'இப்ப என்னடா ஆகும் சந்துரு? இந்த வேலையும் போயிடுமா?' என்றான் சுப்பு.

'ஏண்டா வீணாக் கவலைப்படறே. அனுமாரை நாமே நம்பலேன்னா எப்படி? உனக்கு இந்தக்கதை தெரியுமா? அம்மா இல்லாத ரெண்டு குழந்தைகளை சித்திக்காரி ரொம்ப கொடுமைப்படுத்தினாளாம். பகவானுக்கே பொறுக்காம அந்த ஆத்துல இருக்கற எல்லாரும் ஒரு வேளைக்கு ஒரு கட்டி சாதம் வந்து தானே இலையில விழற மாதிரிப் பண்ணினாராம். சித்திக்காரி இந்த ரெண்டு பசங்களையும் காட்டுக்கு அனுப்பிட்டா, அந்த ரெண்டு கவளமும் தன்னோட குழந்தைகளுக்கு கிடைக்கும்னு திட்டம் போட்டாளாம். ஆனா காட்டுலதான் அந்த ரெண்டு கவளமும் விழுந்து, பசங்க பசியாறித்தாம். பகவான் காப்பாத்துவாருடா... அவர முழுசா நம்பு.'

17

மகாதேவியின் கணவன் ராசய்யா இன்றைக்கு கூட்டத்துக்கு வரமுடியவில்லை என்று அவளிடம் சொல்லி விட்டான்.

'அம்பேத்கர் பத்தி இங்கே படம் போடறாங்க. இன்னிக்கு ஞாயித்துக் கௌமை. தியேட்டர்ல மலையாளப் படம் போடறாங்க. டிக்கெட் கிழிக்க நான் போவலேன்னா சீட்டைக் கிளிச்சுப்புடு வானுகடீ' என்று சொல்லிப் போய்விட்டான். பெண்களுக்கு வீட்டுவேலை முடித்து வர வசதியாக கூட்டத்தை வசதியாக காலை பதினொன்றரை மணிக்குதான் வைத்திருந்தார்கள்.

மகாதேவி கூட்டத்துக்கு அவசியம் போக முடிவு செய்து விட்டாள். இன்றைக்குத் தன்னுடைய தரப்பில் ஒரு விஷயம் சொல்ல வேண்டும் என்றும் முடிவு செய்திருந்தாள்.

மகாதேவி அனுமார் கோயிலை நெருங்கும்போது சிமென்ட் மேடை நிறைந்து அனுமார் எதிரே உள்ள இடம் எல்லாம் நிறைந்திருந்தது. பூஜை செய்யும் இரண்டு அய்யர்களையும் காணவில்லை. காலையில் அவள் பூ கொடுத்தபோது இருந்தார்கள். கூட்டத்துக்கு வழிவிட்டு வெளியே போயிருக்க வேண்டும்.

படியில் உட்கார்ந்தால் டிவி தெரியாது என்றோ படிகளில் யாரும் உட்கார்ந்திருக்கவில்லை. மையமாக சுவரின்மீது சார்த்தி அம்பேத்கர் புகைப்படம் பெரிய அளவில்

வைக்கப்பட்டிருந்தது. பெரிய பூமாலை ஒன்று போட்டிருந்தார் கள். கலர் டிவியில் அம்பேத்கர் படம் ஓடிக் கொண்டிருந்தது. கல்லுவீட்டு ராஜேந்திரனின் டிவிதான். குப்பத்தில் அவன் வீட்டில் மட்டும்தான் கலர் டிவி.

மகாதேவி பெண்கள் வரிசையில் ஓர் இடம் பிடித்தாள். எல்லோருக்கும் முன்பாக ஒரு வெள்ளைக் கதர் சட்டை அணிந்த பெரியவர் பிளாஸ்டிக் சேர் மீது உட்கார்ந்திருந்தார். அவரை நகரச் சொல்ல முடியாது. சுதந்திரம் கிடைத்த பிறகு அரசியல் சாசனத்தை வடிவமைக்கும் பொறுப்பை அம்பேத்கர் ஏற்பதும் தாழ்த்தப்பட்டவர்களுக்கு சமுதாயத்தில் உரிய இடம் தரப்பட வேண்டும் என்ற அவரது பேச்சுக்களும் படம் மூலமாக அவளுக்குத் தெரிந்தன. அம்பேத்கர் பெயரை நிறைய பேர் சொல்லிதான் அவள் கேள்விப் பட்டிருந்தாள். அம்பேத்கர் பற்றிய புத்தகம் தமிழில் இருக்கிறதா என்று இன்று கூட்டத்தில் கேட்க வேண்டும்.

திரைப்படம் முடிந்த பிறகு பெரியவர் உட்கார்ந்திருந்த நாற்காலியைத் திருப்பிப்போட அதில் அமர்ந்து அவர் கூட்டத்தைப் பார்த்துக் கைகூப்பினார். அவருடைய தலை நரைத்திருந்தாலும் அவருக்கு ஐம்பதுக்கு மேல் இருக்க முடியாது என்றே மகாதேவிக்குத் தோன்றியது. வீர பத்ரனைத் தேடினாள். பிறகுதான் அவர் வெளியூர் போனது நினைவுக்கு வந்தது. யாருமே அவருக்குப் பொன்னாடை போர்த்தவில்லை என்று மகாதேவிக்கு ஆச்சரியமாக இருந்தது.

'என்னை உங்களில் பலருக்கும் வக்கீல் ஐயான்னுதான் தெரியும். நம்ம சமுதாயத்துல இருந்து அட்வகேட் ஆனவர்கள் இப்போ ஓரளவுக்காவது இருக்காங்க. ஆனா நான் படிக்கற காலத்திலே தாழ்த்தப்பட்டவங்களுக்கு இது கிட்டத்தட்ட எட்டாத கனியாதான் இருந்துச்சு.

'இப்போ அம்பேத்கர் படம் பார்த்தோம். அதுல அவரு எவ்வளவு போராடி அரசியல் நிர்ணய சட்டத்தின் மூலமா சில உரிமைகளை வாங்கித் தந்தாருன்னு பாத்தீங்க. அதுக்குப் பிறகும் பலதடவை நம்ம மேலே நடந்த அத்துமீறல்களை நமக்கு மறுக்கப்பட்ட உரிமைகளை தட்டிக் கேட்டு போராட சட்டபூர்வமா நமக்கு துணை மேல் சாதிக்காரங்ககிட்டே இருந்துதான் கிடைச்சது. அந்தப் பெரியவங்க உண்மையிலேயே ஜாதிவெறி

இல்லாம நமக்காக வாதாடி இருக்காங்க. இருந்தாலும் நம்ம சமுதாயம் தலைமுறை தலைமுறையா சுமக்கற இழுக்கை, நம்ம மேல சுமத்தப்பட்டிருக்கற அடிமைச் சங்கிலியை உடைக்க நம்ம ஜனங்களிலேயே நிறைய சட்டம் தெரிஞ்சவங்க தேவைப் படறாங்க. இங்கே இருக்கற பசங்க நிறைய பேர் வக்கீலுக்கு படிங்க. வருமானத்துக்கு நான் உத்தரவாதம்.

'தம்பி ராஜேந்திரனை இந்தக் கூட்டத்தை நடத்தச் சொன்னேன். அவருக்கு இப்போ நாம் - குறிப்பா நம்ப குடியிருப்பு - அனுமார் குப்பம்னு பேரு வச்சாச்சு. அது சம்பந்தப்பட்ட சில பிரச்சனை களை உங்களோட பேசச் சொல்லி இருக்காரு. முதல்ல நீங்க ஒவ்வொருத்தரா குப்பத்து நிலைமை என்ன - என்னென்ன பிரச்சனைகள்னு சொல்லுங்க. நான் குறிச்சிகிட்டே வரேன்.'

முதலில் யாருமே பேசவில்லை. மகாதேவிக்கு ஆச்சரியமாக இருந்தது. குப்பத்தில் உள்ள பிரச்சனைகள் சொல்லி மாளாது.ஏன் யாரும் எழுந்து பேச ஆரம்பிக்கவில்லை?

'தயவுசெய்து நீங்க எல்லோருமே பெண்கள், குழந்தைகள் உட்பட எல்லோருமே பேசுங்க. ஒரு சமுதாயத்தோட மேம்பாடுங்கறது தன்னுடைய தேவைகளை, பிரச்சனைகளை, கனவுகளை வார்த்தையில் சொல்லற தன்னம்பிக்கைதான்... எல்லோரும் பேசுங்க. இங்கே முழுக்க முழுக்க நம்ம ஆளுங்கதான் இருக்கோம். நான் எந்த ஒரு கட்சிக்கும் வோட்டு சேக்கறதுக்கோ இல்லே பொய் வாக்குறுதி கொடுக்கறதுக்காகவோ இந்தப் பேச்சை தொடங்கல. எனவே தயவுசெஞ்சு பேசுங்க.'

சலவைக்காரச் சின்னத்தம்பி முதலில் எழுந்தார். 'கரன்டு இல்லாம ரொம்ப சிரமமா இருக்குதுங்க. அதுக்கு ஏற்பாடு பண்ணணும்.'

'உங்க வீட்டுல இருக்குதுங்க...' கூட்டத்திலிருந்து ஓர் இளைஞனின் குரல் கேட்டது.

'மெய்தாங்க ஐயா. ஆனா மேலே ஓடல, லைனுலேருந்து கரன்டு இழுத்திருக்கு. லோட் அதிகமா வர்றப்ப பல்பு போயிருது. அயர்ன் பாக்ஸும் கெட்டுடுது.'

'மின்சாரம்' என்று சொல்லியபடி எழுதிக் கொண்டார் முருகேசன். முடிந்தால் தன் வீட்டுக்கும் ஒரு கனெக்ஷன் வாங்க வேண்டும் என்று நினைத்துக் கொண்டார்.

'இலவச மின்சாரம்தானே...' என்றாள் ஒரு பெண்.

'புரியுது. கடைசியில சொல்றேன்' என்றார் முருகேசன்.

'சாமி கும்புட முன்னே விட நிறையபேரு வராங்க... குறிப்பா நம்ம மாதிரி கீழ்ச்சாதிக்காரங்கதான் வராங்க. ஒதுங்கறதுக்கு அவுங்களுக்கு இடமில்லே. குப்பத்தச் சுத்தியும் அசிங்கமாயிடுது. நம்ம குப்பத்துக்காரங்களுக்கே பொதுவா ஒரு கக்கூஸாச்சும் கட்டணும்' என்றாள் ஒரு வயதான பெண்மணி.

தனக்கு இது தோன்றாமற்போனதே என்றே ஆச்சரியப்பட்டார். தினமும் காலை வெகுதூரம் இடம் தேடி ஒதுங்க வேண்டி இருந்தது.

'சுகாதாரம்' என்று எழுதிக் கொண்டார்.

'வர்ற போற ஆளுங்களுக்கு நடக்கற அளவுக்குக் கூட இடம் இல்லே. நம்ப ஜனங்களே கற்பூர, ஊதுபத்தி விக்கற பொட்டிக் கடையும் அங்கங்கே போட்டு நடக்க இடம் இல்லாம செரமமா இருக்கு' என்றார் செருப்புத் தைக்கும் முத்து.

'சாலை' என்று குறித்துக்கொண்டார் முருகேசன்.

குப்பத்தில் ஒவ்வொன்றாகக் குடிசைகள் சேர்ந்தன. ஆனால் திட்டமிட்ட ஒழுங்கான சந்து என்று எதுவுமே கிடையாது. இரண்டு குடிசை நடுவில் புகுந்து போயேதான் தீர வேண்டும். கோலம் போட்டால் இரண்டு நிமிடத்தில் அழிந்து விடுகிறது. இவர்கள் சொல்லுவதைச் செய்ய வேண்டுமென்றால் நிறைய குடிசைகளை காலி செய்து கல் கட்டடம் கட்ட வேண்டி வரும். பணத்துக்கு என்ன செய்வார்கள்?

'சந்து போடும்போது தெரு லைட்டு போடணுங்க. ராத்திரியிலே எங்கேயும் போகவர முடியல' என்றார் ஒரு கட்டடத் தொழிலாளி.

'தண்ணி போட போக முடியலியாக்கும்...' என்று ஓர் இளசு சொல்ல சிரிப்பு அலை அலையாய்க் கிளம்பியது.

'கள்ளச் சாராயம் இங்கே நடமாடுதுங்க. போலீசு வந்து பூந்து செக் பண்ண வேண்டியதுதான் பாக்கி' என்றாள் ஒரு பூக்கார அம்மாள்.

'தெருவிளக்கு, பிறகு கள்ளச்சாராய ஒழிப்பு' என்று எழுதினார்.

‘காலையில குடி தண்ணிக்கு பெரிய ரகளையா இருக்குங்க. குடிதண்ணிக்கி ரெண்டு மூணு குழாயி போடணும்’ என்றார் ஒரு வயதான அம்மாள்.

‘ரேஷன் கார்டு வாங்க ஒவ்வொருத்தரா அலையுறோம்ங்க. மொத்தமா எல்லோருக்கும் ஒரு வெசை கார்டு தரச் சொல்லுங்க’ காய்க்கறிக்கடை வேலம்மா சொன்னார்.

‘முனிசிபாலிடி பள்ளிக்கூடம் தள்ளி இருந்தது. ஒரு பள்ளிக்கூடம் அஞ்சு கிளாஸ் வரைக்குமாச்சும் தொறக்கணுங்க’ என்றார் ஒரு பெரியவர்.

‘ஒரு லைப்ரரி வேணுங்க’ என்றாள் மகாதேவி எழுந்து.

‘என்னம்மா சொன்னே?’

‘லைப்ரரிங்க. நல்ல புஸ்தகமெல்லாம் படிச்சா நம்ம பிள்ளைகளும் மேல் சாதிக்காரவுங்களோட போட்டி போட முடியும்’ என்றாள் மகாதேவி.

‘இன்னும் சொல்லுமா’ என்றார் முருகேசன்.

‘அம்பேத்கர் பத்திகூட நிறைய பேருக்கு தெரியாது. நல்ல சமையல், வீட்டு சுகாதாரம், பொதுச் சுகாதாரம் எல்லாம் படிக்கணும்ங்க.’

‘சபாஷ்...’ என்று எழுந்து நின்றார் முருகேசன். ‘கையைக் கட்டாதே மகாதேவி. அடிமைக் காலம் முடிஞ்சிது’ என்றவர் கூட்டத்தைப் பார்த்து, ‘நம்ம சமுதாயப் பெண் ஒருத்தர் கிட்டயிருந்து ஒரு நூல் நிலையம் தெறக்கச் சொல்லி பேச்சு வந்திருக்கு. நாம தலை நிமிர்ந்து நிக்கப்போறோம்கறதுக்கு இதுதான் அடையாளம்’ என்று கைதட்ட கூட்டமே சேர்ந்து கைதட்டியது.

‘நீ என்ன படிச்சிருக்கே?’என்றார் மகாதேவியைப் பார்த்து.

‘பன்னிரெண்டு கிளாஸ்.’

‘மேலே படிக்கிறியா?’

சரி என்று தலையாட்டினாள்.

‘வீட்டுல இருந்தே நீ படிக்கலாம். நான் வழி சொல்றேன். நீ ஒரு நல்ல முன்னுதாரணம். வெரிகுட்...’ என்றார்.

மகாதேவியால் கண்ணீரை அடக்க முடியவில்லை. உட்கார்ந்து குலுங்கிக் குலுங்கி அழுதாள்.

‘ஏம்மா அழுவுறே? அவுங்க பாராட்டிதானே சொன்னாங்க?’ என்றாள் பக்கத்திலிருந்த அம்மாள்.

‘அம்மா... அவங்க கண்ணீருக்கு காரணம் எனக்கு தெரியும், கடைசில நான் பேசும்போது சில விஷயம் சொல்றேன்’ என்றார் முருகேசன்.

‘வேற என்ன?’

‘ஐயா, தெரு நாயிங்க நிறையவே அலையுது. ஒரு தடவை நம்ம குழந்தைங்க கூட கடி வாங்கினாங்க. நம்ம ஆளுங்க நாய் வளக்கறவுங்களும் அதைக் கட்டிப் போடறது வெளியிலே அழைச்சுப் போய் காலனிக்குள்ளே அசிங்கம் பண்ணாமப் பாத்துக்கறது அவசியம்’ என்றாள் டெய்லர் வீட்டு அம்பிகா.

‘நீங்க சொல்றது சுகாதாரம், பொது ஒழுங்கு ரெண்டுமே சம்பந்தப்பட்டது’ என்று எழுதிக் கொண்டார்.

‘வேறே?’

யாரும் எதுவும் சொல்லவில்லை. முருகேசன் எழுந்து நின்றார். ‘இதுவரை நீங்க எல்லோருமே மிகவும் அருமையான கருத்துகள் சொன்னீங்க. நல்ல புத்தகங்கள் படிக்கற நூல் நிலையம் பத்தி மகாதேவி சொன்னாங்க. நல்ல சமுதாயப் பெண்கள் கல்வியிலேயே உயர ஆரம்பிச்சதுக்கான அடையாளம் இது. அவங்களுக்கு உண்டான நியாயமான பாராட்டை நாம கொடுத்தப்போ அவுங்க கண்ணுல கண்ணீர் வந்தது. ஏன்? பெண்களுக்கு உண்டான மரியாதை, அவங்க பேசறதைக் கேக்கறது, உண்டான பாராட்டைத் தர யாருமே தயார் கிடையாது. மேல் ஜாதியிலேயும் இது இருக்கு. கணவனால அடிபடறதும் அடிமையாய்க் குடும்பம் நடத்தறதும் வழக்கமாகிப் போச்சு. இது மாறணும். மேல் ஜாதிக்கு நாம முன்னுதாரணம் ஆகணும்.’

‘அடுத்தபடியா இதுவரை நீங்க சொன்ன எல்லா விஷயங்களையும் மறுபடி படிக்கறேன்.

1. மின்சாரம்
2. கழிப்பிட வசதி

3. சாலை

4. தெருவிளக்கு

5. கள்ளச் சாராய ஒழிப்பு

6. குடிநீர்

7. ரேஷன் கார்டு

8. பள்ளிக்கூடம்

9. நூல்நிலையம்

10. பொது ஒழுங்கு

இந்த பத்து விஷயத்துல கள்ளச்சாராய ஒழிப்புக்கு உடனடித் தீர்வு சொல்லறேன். குடிச்சு ஒழிஞ்சு போற வேலையை மேல் சாதிக்காரங்க செய்யட்டும். நம்ம சமுதாயம் இந்தத் தலைமுறையிலயாச்சும் தலை நிமிரணும். இன்னொண்ணையும் சொல்றேன். கள்ளச் சாராய கேஸுல யாராவது மாட்டினா அவுங்க உண்மையிலேயே தப்புப் பண்ணி இருந்தா அந்த கேஸை நான் எடுக்க மாட்டேன்.

'அடுத்தபடி, பொது ஒழுங்குக்கு வெளியிலேயிருந்து மருந்து கிடையாது. பொதுச் சுகாதாரம், நாய் வளர்ப்புல பொறுப்புணர்வு இதெல்லாம் நாமளே வளத்துக்கணும். நிறைய பேசினவங்க அவுங்க ஒரு கட்டுப்பாடைக் கொண்டு வரட்டும். எல்லாரும் அதுபடி நடங்க.'

ஒரு நிமிடம் மௌனமாக அமர்ந்தார். யாரோ கொண்டுவந்த தேநீரை அருந்தினார். மேலே என்ன பேசப்போகிறார் என்று கூட்டம் ஆவலுடன் எதிர்பார்த்தது.

'நீங்க சொன்ன மத்த எல்லாப்பிரச்சனைக்குமே தீர்வு ஒண்ணுதான். நம்ம குப்பம் பஞ்சாயத்தால அங்கீகரிக்கப்பட்ட ஒரு குடியிருப்பா மாறணும். அதற்கு முன்னாடி பஞ்சாயத்துத் தரப்புல ஒரு திட்டம் கொடுத்திருக்காங்க. அதை அப்படியே படிக்கறேன். இந்தக் கூட்டத்திலே நாம் முடிவு செய்யறதை வைத்து அவங்க வேலையை ஆரம்பிப்பாங்க.

1. அனுமார் குப்பத்துக்கு எதிரில் உள்ள பாறைமிகுந்த தரிசு நிலம் சமன் செய்யப்பட்டு தற்போது குப்பத்தில் உள்ளவர்களுக்கு வங்கிக் கடன் அடிப்படையில் எளிய வகை வீடுகள் கட்டித் தரப்படும்.

2. குப்பம் தற்போது இருக்கும் இடத்தில் அனுமார் கோயில் பக்தர் வண்டிகள் நிறுத்த ஏற்பாடு, பஞ்சாயத்துக் கட்டுப் பாட்டில் பஞ்சாயத்து வளாகக் கடைகள் கட்டுப்படும்.

3. குப்பத்தில் உள்ளவரின் ஒத்துழைப்பை அங்கீகரிக்கும் வகையில் பஞ்சாயத்து பள்ளிக்கூடமும் சாலை, சுகாதார வசதிக்களைத் தானே செய்துதரும்.

4. வரகுடியில் சுற்றுலாப்பயணிகள் எண்ணிக்கை முருகன் கோயிலுக்கு இணையாகப் பெருகும். அனுமார் கோயில் அருகிலேயே மாரியம்மன் கோயில் ஒன்று கட்டப்படும்.

5. உணவகம், பெட்டிக்கடை, செருப்புக்கடை, சிறிய துணிக்கடை, பழக்கடை, வாகனம் பழுதுபார்க்கும் கடைகள் அமைக்க அனுமார் குப்பத்தாருக்கு வங்கிக் கடனுக்கு பஞ்சாயத்து ஏற்பாடு செய்யும்.'

'இதுக்கெல்லாம் பல லட்சம் செலவாகுமே...' என்றார் ஒருவர்.

'ஒரு பெரிய ஸ்டார் நைட் நடத்தப்போறாங்க' என்றார் முருகேசன். 'நட்சத்திர இரவுன்னுவாங்க. நிறைய சினிமா ஸ்டாருங்களெல்லாம் கலந்துப்பாங்க. அதைப் பார்க்க வர்றவங்க தர்ற டிக்கெட் பணத்துல ஒரு பகுதியில அனுமார் கோயிலுக்கு கோபுரம், ஒரு மாரியம்மன் கோயில், கடைகள் எல்லாம் கட்டத் திட்டம். நிறைய கும்பல் வரும். ஆளுக்கு ஒரு கடை போட்டீங்கன்னா வீட்டுக்கடன், கடைக்கடன் எல்லாத்தையும் அடைக்கலாம்' என்றார்.

முதலில் ஓரிருவர் கைதட்ட பிறகு எல்லோரும் கைதட்டினார்கள்.

'வேலையெல்லாம் எப்போ ஆரம்பிப்பாங்க?' என்று ஒருவர் கேட்க, 'உடனடியா' என்றார் முருகேசன்.

கூட்டம் மெதுவாகக் கலைய அவர் கூப்பிடுகிறார் என்று தெரிந்து மகாதேவி அவர் அருகில் சென்றாள். 'சட்டப்படிப்பு படிக்கியாம்மா?' என்றார்.

'சரிங்கய்யா.'

'உன் புருஷனோட என்ன மலைப்பாளையத்துல வந்து பாரு' என்றபடி எழுந்தார்.

‘ரொம்ப நன்றிங்கய்யா’ என்று கையைக் கூப்பிய மகாதேவி, ‘ஒரு விஷயம் கேக்கலாங்களா?’

‘கேளும்மா.’

‘வெட்டுக்குத்துன்னு அலைஞ்சவங்க இவ்வளவு செலவு செஞ்சு ஏன் சமாதானமாப் போறாங்க?’

‘அனுமாரைக் கும்பிட்டா நினைச்சது நடக்கும்னு சுத்துவட்டார மெல்லாம் பரவி, நம்பிக்கையோட ‘அனுமார் கடிதப்பெட்டி’ யில லெட்டர் போடணும்னு நிறைய பேர் துடிக்கறாங்க. லட்சக்கணக்கில கும்பல் வரப்போகுது. அதான் காரணம். நமக்கும் வருமானம் பஞ்சாயத்துக்கும் மேல் ஜாதிக்காரங்க வைக்கப்போற கடைக்கும் வருமானம்.’

‘வீரபத்ரன் தொடர்ந்து பூஜை செய்வாரா?’ என்றாள் மகாதேவி.

‘மாரியம்மன் கோயில் அவருடைய பூஜையோடதான் அமையப் போகுது. அங்கே அவருதான் பூசாரி.’

பாகம் நான்கு

18

'**வ**ரகுடி அனுமார் கோயில் மற்றும் மாரியம்மன் கோயில் வளாக திருப்பணிக் குழு உங்களை அன்புடன் வரவேற்கிறது' என்ற அறிவிப்புப் பலகை மிகப்பெரிய நீண்ட காம்பவுண்ட் சுவரின் நடுவே அமைந்த பத்தடி உயர இரும்புக் கிராதிக் கதவுகளின் இடது பக்கம் அமைந்திருந்தது.

வரகுடி பஞ்சாயத்து

அனுமார் - மாரியம்மன்

கோயில் வளாகம்

வண்டி நிறுத்த வாடகை

(ஒருமணி நேரத்துக்கு)

ஸ்கூட்டர்/பைக் - ரூ. 5/-

ஆட்டோ - ரூ. 10/-

கார்/வேன் - ரூ. 20/-

பஸ் - ரூ. 50/-

இந்த அறிவிப்புப் பலகை கதவுகளின் வலது பக்கம் அமைந்திருந்தது. கதவுகளின் அருகே சீருடை அணிந்த தனியார் 'செக்யூரிட்டி' காவல்காரர்கள் நான்கு பேர் நின்றிருந்தனர்.

அவர்கள் கழுத்தில் சிவப்புக் கயிற்றில் மாட்டிய விசில் தொங்கியது.

சாலையில் வரிசையாக வண்டிகள் வந்த வண்ணம் இருந்தன. அவை கோயில் வளாகத்தை நெருங்கும்போது வெள்ளைச் சீருடை அணிந்த போக்குவரத்துத்துறை போலீஸ்காரர்கள் விசிலடித்து ஒவ்வொன்றாக கோயில் வளாகத்துக்குள் நுழைய அனுமதித்தனர்.

நுழைந்தவுடன் வண்டிகள் 'கோயில் செக்யூரிட்டி'க்காரர்கள் இருசக்கரம், மூன்று சக்கரம், கார், பஸ் என்ற வரிசைகளில், நிறுத்தினர். ஒரு வண்டி நுழைந்தவுடன் டோக்கன் கொடுப்பவர் அதன் டிரைவரை அணுகி பணம் பெற்று டோக்கன் கொடுப்பார். வண்டிகள் வெளியேற தனி வழியும் பிரதான சாலையில் இணைய தனிச்சாலையும் இருந்தன. வண்டிகளை நிறுத்துமிட சுற்றுச் சுவர்களை ஒட்டி மக்களுக்கான கழிப்பிடம், மாரியம்மனுக்கு முடி காணிக்கை செலுத்தும் இடம், குளியல் அறைகள் அமைந்திருந்தன. அவற்றிற்கு உண்டான கட்டணத்தை அதனதன் வாயிலில் வாங்கினர்.

வண்டிகள் நிறுத்துமிடத்திலிருந்து இரண்டு மக்கள் வரிசை அனுமார், மாரியம்மன் 'தர்ம' தரிசனத்துக்காக நின்றிருந்தன. 'கட்டணசேவை' செய்வோர் சற்றே சிறியதாய் இருந்த வரிசையில் இருந்தார்கள்.

வரிசைகளின் இருபக்கமும் டாலர்கள், அம்மனின் காணிக்கைக் கான கண், கை, கால் என மெலிதான வெள்ளி உருவங்கள் விற்கும் கடைகள் இருந்தன. டாலர்கள், அம்மன் படம், அனுமார் படம், அனுமான் சாலிசா, மாரியம்மன் பாடல் கேஸட்டுகள் விற்கும் கடைகள் இருந்தன. அனுமாருக்குக் கடிதம் எழுத வண்ண வண்ணக் காகித உறைகள் விற்கும் கடைகள் இருந்தன. அங்கே கடிதம் எழுதக் காகிதமும் பேனாவும் விற்கப்பட்டன.

சில கடைகளின் வாசலில் மேசை நாற்காலி வைத்து 'இவ்விடம் அனுமாருக்குக் கடிதம் எழுதித் தரப்படும்' என்று சில வயதான ஆண்கள் அமர்ந்திருந்தனர். அவர்கள் எப்போதும் தலை குனிந்து எழுதியபடி இருந்தனர்.

வரிசைகளில் பல்வேறு வயது நிலைகளின் ஆண்களும் பெண்களும் சுமக்கப்படுகிற, இறுகிய கைகளால் பிடித்துக் கொள்ளப்பட்ட குழந்தைகளும் இருந்தனர்.

எல்லாரது முகங்களிலும் ஆர்வம், அச்சம், எதிர்பார்ப்பு, நம்பிக்கை யாவும் கலந்த தவிப்பு தெரிந்தது. இளம் முகங்களில் பொறுமையின்மையும் சேர்ந்து கலந்து இருந்தது.

அனுமான் கோயிலை நெருங்கும் படிக்கட்டுகளிலேயே நான்கு ஐந்து அர்ச்சகர்கள் எதிர்ப்பட்டு அர்ச்சனைத் தட்டை வாங்கிக்கொண்டு அர்ச்சனை செய்ய விரும்புபவரின் பெயர், நட்சத்திரம், கோத்திரம் தெரிந்தால் அதையும் கேட்டுக்கொண்டு உடனே சங்கல்ப்பம் சொல்ல ஆரம்பித்துப் படியேறிப் போனார்கள். படி இறங்கும்போது டோக்கன் எண்படி அர்ச்சனைத் தட்டுகள் வாங்கிக் கொள்ளப்பட்டன.

மாரியம்மன் கோயிலிலும் இதே முறை நடந்தது. உப்பு கொட்டுவதை பக்தர்கள் தாங்களே செய்தனர்.

படிக்கட்டுகளிலிருந்து நிமிர்ந்து பார்க்கும்போது மலையை உடைத்து பிரம்மாண்டமாக எழுப்பப்பட்ட இரு கோபுரங்கள் தெரிந்தன.

‘அனுமார் கடிதப்பெட்டி’ அடிக்கடி நிறைந்து போனது. அதிலுள்ள கடிதங்கள் உறைகளுடன் பாதாளக் கடிதக் கிடங்குக்கு மாற்றப் பட்டன. ஐந்தாண்டுகளுக்கு ஒரு முறை ஆடி வெள்ளத்தில் அக்கடிதங்கள் சேர்க்கப்படும் என்று விசாரித்தவர்கள் தெரிந்து கொண்டனர்.

கோயில் வளாகத்தைத் தாண்டி ஒரு வழிப்பாதை சாலையில் பஞ்சாயத்து நிர்வாகத் தங்கும் இடங்கள், தனியார் ‘லாட்ஜ்’கள் நிறையவே வந்திருந்தன. அவற்றுடன் இணைந்திருந்த உணவகங்களும் தென்பட்டன. மொட்டை அடித்து சந்தனம் தடவிய தலைகளும் புதுமணத் தம்பதிகளும் குழந்தைகளும் நடந்தும் வண்டியிலும் விரையும் தம்பதியரும் அவர்கள் முகங்களில் பயணக் களிப்புடன் கூடிய சோர்வுடன் தென்பட்டனர்.

வரகுடி பேருந்து நிலையம் மிகவும் சுறுசுறுப்பாக இயங்கியது. புகையையும் புழுதியையும் கிளப்பியபடி பேருந்துகள் வந்துபோன வண்ணம் இருந்தன. திருச்சி, சேலம், நாமக்கல் என்று விரைவுப் பேருந்துகளும் நாகலிங்கபுரம், மலைப் பாளையம் என நகரப் பேருந்துகளும் தென்பட்டன.

பேருந்து நிலையம் தாண்டி ‘மாபெரும் பொழுதுபோக்குப் பூங்கா வரகுடி’ ‘The Giant Theme Park Varagudi’ என்று எழுதிய

ஒரு வளைவு வாயில் இருந்தது. வாயிலின் இரு பக்கமும் வரலாற்றுக்கால சிப்பாய்கள்போல சீருடை அணிந்த இருவர் நின்றிருந்தனர்.

வாயிலைத் தாண்டி வரவேற்பறையும் கட்டணம் வாங்கும் சாளரங்களும் தென்பட்டன.

மல்லிகா மறுபடி கண்களை மூடியபடி நாற்காலியில் சாய்ந்து அமர்ந்திருக்கும் தாய் ராஜேஸ்வரியின் முகத்தைக் கவலையுடன் பார்த்தாள். சற்றே வியர்த்து விட்டிருந்ததைப் பார்க்க நிம்மதியாக இருந்தது.

காலையில் கிளம்பும் முன்னரே அம்மா இரண்டு மூன்று முறை வாந்தியெடுத்திருந்தாள். ஆபிஸில் பெர்மிஷன் சொல்லிவிட்டு வருகிறேன் என்றவள் வேலை அதிகம் என்று தாமதமாகதான் வந்தாள்.

இரவு டிவி பார்க்கக்கூட அம்மா வரவில்லை. இரண்டு வேளைக்காவது சாப்பிட கட்டி எடுத்துக் கொள்ள வேண்டும் என்று அவள் நினைத்தாள்.

மிக்ஸியில் ஏதோ அரைக்கும் சத்தம் கேட்டது மல்லிகா படுக்கப் போகும்போது.

விழித்திருந்து அம்மாவுக்கு உதவி செய்ய நினைத்தாள்தான். ஆனால் காலேஜ் விட்ட சூட்டுடன் ரயில் பிடித்து இரவெல்லாம் தோழிகளுடன் பேசி அரட்டை அடுத்துவந்து தம்பி ரவியுடன் வம்படித்து பகல் முழுவதும் பாட்டி வீட்டில் கழித்து ஓய்வே இல்லாமல் போய்விட்டது.

அப்பா எல்லாரையும் காலையிலிருந்தே விரட்டிக் கொண்டிருந்தார். அம்மாவால் வேகம் காட்ட முடியாமல் நிறைய வாங்கிக் கட்டிக் கொண்டாள்.

‘ஞாயிறு ஒருநாள்தான். நாலு எடம் பாக்கணும்னா சுணங்கக் கூடாது’ என்று அப்பா காரைக் கிளப்பும்போதே காலை மணி எட்டடித்துவிட்டது.

கிளம்பும் முன் ‘உனக்குதான் உடம்பு முடியலியே இன்னொரு நாள் பாத்துக்கலாமே...’ என்றபோது வாயின் மீது விரலை வைத்து ‘பேசாமக் கிளம்பு, அவாமின் போட்டுக்கிட்டேன்’ என்றாள் அம்மா.

கோயில் வரிசைகளில் நிற்கும்போதே வியர்த்து வழிந்த அம்மாவின் நிலை அவளால் நிற்கக்கூட முடியவில்லை என்பதைக் காட்டியது. எந்த நிமிடம் அவள் மயங்கி விழுவாளோ என்று பயந்தபடி நின்றிருந்த மல்லிகாவால் சாமியிடம் எதுவும் நிம்மதியாக வேண்டிக்கொள்ளக்கூட முடியவில்லை. ரவியோ கோயிலிலேயே 'தீம் பார்க்'ல இதைப் பார்க்கலாம், அந்த 'ரைட்' போகலாம் என்று குதித்துக் கொண்டிருந்தான்.

காலையிலும் மதியமும் அம்மா எதுவுமே சாப்பிடவில்லை. வாந்தி எடுத்து மற்றவர் சந்தோஷத்தைக் கெடுத்து விடக்கூடாதே என்று நினைத்தாளோ? மல்லிகா கட்டாயப்படுத்திதான் ஓர் இளநீரும் ஒரு குளிர்பானமும் குடித்தாள்.

'பார்க்'கில் நுழையும்போதே மணி மூன்று. வரவேற்பில் 'ஷூட்டிங்' நடக்கிறது. அமைதியாகப் பார்ப்பவர்கள் பார்க்கலாம் என்றபோது ரவி குதியாய்க் குதித்தான்.

அம்மா 'எங்கங்க நீங்க பசங்களோட சுத்திப் பாத்துட்டு வாங்க. நான் இங்கயே உக்காந்துக்கறேன்' என்றபோது அப்பா முறைத்து விட்டுப் போனார். பத்து நிமிடம் கழித்து ரவி மட்டும் வந்து 'ஐந்து மணிக்கு கேட்ல பாக்கலாம்னு அப்பா சொன்னார்' என்று சொல்லிவிட்டு ஓடிவிட்டான்.

மல்லிகாவுக்கும் 'ஷூட்டிங்' பார்க்க ஆசைதான். ஆனால் அம்மாவை இப்படி விட்டுவிட்டுப் போக மனசு வரவில்லை.

அம்மா விழித்துக் கொண்டாள். மல்லிகா அவள் வியர்வையைத் துடைத்துவிட்டாள்.

அம்மாவின் பல்வேறு வயதுப் புகைப்படங்களை மல்லிகா பார்த்திருக்கிறாள். தன் வயதில் அம்மா பளிச்சென்று பூ மாதிரி இருந்திருக்கிறாள். ஏன்? ரவி பிறந்தபோது தாய்மையின் பூரிப்புடன் எவ்வளவு அழகாக இருந்தாள்! இப்போது அம்மாவின் மனதும் உடம்பும் அவ்வளவு தளர்ந்துவிட்டது. அப்பாவுக்கு ஏன் அம்மாவைப் பார்த்தால் இரக்கமாகவே இல்லை?

'மணி என்னாச்சு?'

'அஞ்சு மணி. ஏதாவது சாப்பிடேம்மா' என்றாள் மல்லிகா.

'அவங்க ரெண்டு பேரையும் இன்னும் காணோமேடி. உங்க அப்பா சொன்ன டயத்துக்கு வருவாரே...'

‘கேட்ல இருன்னாரு. பக்கத்துலதானே கேட் இருக்கு. பாத்துட்டு வரேன்’ என்று விரைந்த மல்லிகா இரண்டு தேநீர் கோப்பை களுடன் திரும்பி வந்தாள்.

‘இன்னும் காணுமேடி.’

‘வருவாங்கம்மா.’

மணி ஆறடித்தது. அம்மாவின் முகத்தில் பயத்தின் சாயல் படர்ந்திருந்தது.

அம்மா அப்பாவைக் கண்டு பயப்படுகிறாள். யாராவது வரத் தாமதமானால் பயப்படுகிறாள். வீட்டு வேலைகள் முடியா விட்டால் பிறர் கஷ்டப்படுவார்களே என்று பயப்படுகிறாள்.

மணி ஆறரை.

அம்மா அழவே ஆரம்பித்துவிட்டாள்.

‘ஏம்மா அப்பா தானே ஹெட் ஆஃப் த ஃபேமிலி. அவரைப் பத்தி நீ ஏன் கவலைப்படறே?’

‘அவன் வாலும்மா. எங்காவது காணாமப் போயிருப்பானோ? மலை வரையில் இந்த பார்க் இருக்கே.’

‘சீ... சும்மா பயப்படாதே. அப்படி இருந்தாலும் ‘பப்ளிக் அட்ரஸ் சிஸ்டம்’ல கூப்பிட்டு ரிப்பீட் பண்ணி ரிப்பீட் பண்ணி யாரையும் கூப்பிடுவாங்க.’

மணி ஏழு.

அப்பாவும் ரவியும் வந்தாயிற்று.

பயம் மறைந்து தெளிந்த அம்மாவின் முகம் பூவாய் மலர்ந்தது.

‘முண்டம், உங்களை கேட் கிட்ட வெய்ட் பண்ணச் சொன்னேனே? எங்க தொலைஞ்சீங்க?’

‘ரெண்டு மூணு தடவை பார்த்தேனேப்பா.’

‘இடியட்... நான் சொன்னது அந்தப் பக்க கேட். பார்க்கிங் கிட்ட இருக்கு.’

அம்மா முகத்தில் மீண்டும் பயம்.

★★★

Printed by Libri Plureos GmbH in Hamburg, Germany